ஞாபகப்பெட்டகங்கள்

COLLECTION OF MEMORIES

ஏர்வை. தி. அ. பரக்கத்து நிஷா

சமர்ப்பணம்

கலைந்துப் போன கனவுகளுக்கும்,

செல்லரித்துப் போன சில்லறை நினைவுகளுக்கும்,

காரணம் இல்லாமல் வடித்தக் கண்ணீருக்கும்,

இன்பத்தை மருந்தளவிலும் தந்திராத இறைவனுக்கும்,

நான் வாடிய போதெல்லாம் தான் வாடிய என் குடும்பத்திற்கும்,

என்னை ஈன்றெடுத்த என் பெற்றோர்களுக்கும் ,

நேசத்திற்குரிய துணையாளனுக்கும்,

பாசத்திற்குரிய செல்ல மகள் மற்றும் மகனுக்கும்,

அன்பான அக்காக்கள் மற்றும் அண்ணன்களுக்கும்,

பசுமையான ஞாபகங்களைத் தந்த என் கூட்டுக்காரிகளுக்கும்

இந்நூல் சமர்ப்பணம்.

பொருளடக்கம்

அணிந்துரை ... ix

முன்னுரை ... xiii

நன்றி ... xvii

ஆசிரியர் குறிப்பு ... xix

1. வசந்த வாசல் திறக்க வேண்டி., ... 1

2. நான் யார்? ... 2

I.கவிஞர்களின் முதல் கரு "காதல்"

3. சந்தோச நொடிகள் ... 7

4. அன்பின் முரண் ... 8

5. ஒன்றறக் கலந்த நெஞ்சம் ... 10

6. கொள்ளிக்கட்டையாய் எரியும் மனசு ... 11

7. வேரறுந்த நாணலாய் ... 13

8. சுமைதாங்கி ... 14

9. காதல் கசக்குதடா ... 15

10. கேளா வார்த்தை ... 16

11. கவிதையின் கருப்பொருளாய் நீ ... 17

12. காதலுமானவளே! ... 18

13. ஏழு ஜென்மம் வேண்டாம் ... 19

14. சிற்பக்காதலர்கள் ... 21

15. நெருப்பை நாடும் விட்டிலாய்., ... 22

16. விழி ஈர்ப்பு விசை ... 23

II. ம(ன)ரணக் காதலன்

17. சுயத்தின் மரணம் ... 29

18. காத்திராக் காலங்கள் ... 31

19. பயம் ... 32

20. இருட்டறை ... 33

பொருளடக்கம்

21. ம(ன)ரணக் காதலா!   34

22. மரணம்   36

23. இரங்கற்பா   37

III. நினைவுகளின் தேடல்

24. நிழலைத் தேடும் நிஜம்   43

25. நித்தம் உன் நினைப்போடு   45

26. முரண்   48

27. வராத உன் வரவுக்காக   49

28. சுவாசத்தைத்தேடி   52

29. நினைவோசை   53

30. நினைவுப்பறவை   54

31. நினைவுகளைத்தேடி   55

32. நினைவுப்பயணம்   56

IV. கடந்தவைகளில் கசந்தவைகள்..,

33. மீண்டுவா! துயர் நீக்கவா!   61

34. விலையில்லா அரிசி   63

35. வறட்டுக் கௌரவம்   64

36. வெளிநாட்டு வாழ்க்கை   65

37. வலிப்பயணம்   68

38. நட்பு வண்டி   69

39. அரவாணி என்னும் அவதாரம்   70

40. ஒடுக்கப்பட்டச் சமுதாயத்தின் ஓலக்குரல்   71

41. முற்றிய முதிர்க்கன்னியாய்..,   73

42. நில நடுக்க அரக்கனே !   76

43. அன்பு அமேசான் காடுகளே!   77

44. "வாழ்க்கைப்" பத்திரம்   78

பொருளடக்கம்

45. நச்சு வார்த்தைகள் — 79

46. எச்சரிக்கை! — 80

47. நேர்மைக்குக் கிடைத்தப் பரிசு — 83

48. 'மறு'மலர்ச்சி வேண்டி — 84

49. நாவினால் சுட்ட வடுக்கள் — 86

50. சுட்டெரிக்க வா! பாரதியே! — 88

51. காலம் மட்டுமே பதிலாய்.., — 89

V. இரத்தப்பந்தத்தின் வாசனை

52. அன்பு மகனுக்கு — 95

53. கன்னியின் கனவு மகளே! — 97

54. செல்லக்குழந்தை — 100

55. மறக்க நினைத்திலேன் நினையே! — 101

56. தாயுமானவரே — 102

57. கண்ணீருடன் நான்.., — 105

58. அண்ணா உன் ஞாபகம் — 106

59. இறுதி வார்த்தை — 107

60. இலையுதிர்க் காலம் — 108

61. திருவிழா வீதியிலே — 110

62. எங்க வீட்டு வேப்ப மரம் — 113

VI. ஞாபகத் துளிகள்

63. உருகும் இதயம் — 119

64. தேடித் தொலைந்த மனம் — 120

65. உறுத்தாத தூசியாய்.., — 121

66. புதியப்பயணம் — 128

67. ஏக்கப்பெருமூச்சுகள் — 130

68. மறதிக்கு வந்த மறதி — 132

பொருளடக்கம்

69. மறு பிரவேசம் — 133

70. பார்வைகளின் சங்கமம் — 134

VII. பள்ளிக், கல்லூரி அனுபவங்கள்

71. என் தோழி — 141

72. கலைந்து போகாத கல்லூரி நினைவுகள் — 142

73. விடுதியின் எழுதப்படாத இலக்கணம் — 144

74. ஒரு காம்ராட் போல — 147

VIII. விடியலை நோக்கி

75. தேவைக்காக.., — 153

76. ஆசை — 155

77. வெற்றிடம் — 156

78. எழுந்து ஓடு — 157

79. வெறுமையை நோக்கி.., — 159

80. வசந்தமே வா! — 161

நன்றி — 163

அணிந்துரை

தூரத்து வெளிச்சப் புள்ளி

கலை வடிவத்தின் தோற்றுவாய் இவ்வுலகின் முதல் கண்ணீ-ரிலிருந்து பிறந்ததாகத் தான் நான் கருதுகிறேன். கொண்டாட்டங்-களும், வரவேற்பும், பாராட்டுகளும் எல்லோருக்கும் கிடைத்திருந்-தால் அவன் கலையை நோக்கிய நகர்தலுக்குத் தள்ளப்பட்டிருக்க மாட்டான். சுவரோவியமோ, பாறைகளில் செதுக்கப்பட்டப் புடைப்புச் சிற்பமோ ஒருவனின் தனிமையிலிருந்து தான் பிறந்திருக்கக்கூடும். இதனின்று கிளைத்தெழுந்த மொழி வழமை பின்னாளில் இலக்கிய-மாக விரிவு பட்டதும் இப்படியாகத்தான் இருந்திருக்கும். அஃதாவது, சமுகம் நமக்களிக்கும் தனிமை, எதிர்ப்பு, காயங்கள் இவைகளே இன்றளவும் கலையின் வடிவம் செழித்து விரிய காரணமாயிருக்கி-றது. குறிப்பாக, பிறக்கும் அனைத்து உயிர்களும் எதிர்ப்பைச் சந்-தித்தே வளர வேண்டியிருக்கிறது.

அவையனைத்தும் கலையை நோக்கி நகர்கின்றதா? எதிர்ப்பை மீறி சாமானியத் தன்மையில் இருந்து தன்னை வேறுபடுத்திக் கொள்கி றதா என்றால் இல்லை.! அப்படி தன்னை வேறுபடுத்திக் கொள் ளும் முனைப்பில், சகோதரி ஏர்வை. தி. அ. பரக்கத்து நிஷாவிடம் இருந்து இந்த ''ஞாபகப் பெட்டகங்கள்'' நினைவு என்னும் திறவு கோலால் திறக்கப்பட்டிருக்கிறது. அவர் ஒரு பெண்ணாக இல்லாமல் இருந்திருந்தால், இந்த தொகுப்பு கவனிக்கப்படவேண்டிய தொன்றாக இருந்திருக்காது.

இருபதாம் நூற்றாண்டுக்குப் பிறகு, இந்தியப்பெண் சமுகம் மெல்ல மெல்ல தன் கூட்டுடைத்துக் கல்வி, அறிவு, பொருளாதார செழுமை களில் மெல்ல மெல்ல எழுந்து வருகிறது. அதன் வளர்ச்சி வேகம் கவலைப்படுவதற்கு உரியதானாலும், பாராட்டப்படவேண்டியதொன்று. ஏனென்றால், ஆணாதிக்கச் சமுகத்தில் பெண் தன்னை மேம்படுத் திக் கொள்வதென்பது அசாதாரணமானது.

இந்தக் கவிதைத் தொகுப்பு, சகோதரி குறிப்பிட்டது போல நெற்றிக் கண்ணால் அலசி ஆராய வேண்டியதில்லை, தட்டுத்தடுமாறி எழுந்து நடக்க முயலும் ஒரு சிறு குழந்தையின் முதல் நடையாக, அடிபட்ட மல்யுத்த வீரனொருவன் எழுந்து நின்று கொடுத்த முதலடியாக நாம் கைதட்டி வரவேற்கப்பட வேண்டிய பாராட்டுதலுக்குரியதே.! கதை, கவிதை, கட்டுரை, வசனம், நாவல் இன்னும் பிறவாக இலக்கியம் வகைப்படுத்தப்பட்டால், சகோதரியின் இந்தக் கவிதைத் தொகுப்பு யாருக்கு தேவைப்படுகின்றதோ இல்லையோ, இந்தியப் பெண் சமு கத்துக்கு, குறிப்பாக இஸ்லாமியப் பெண்களுக்கு தூரத்தில் தெரியும் வெளிச்சப் புள்ளியாக பயன்படும் என்றே நம்புகிறேன்.

கோடிக்கணக்கான பெண்களில் கூண்டுக்குள் இருக்கும் யாதேனும் ஒருவருக்கு இத்தொகுப்பு ஏதேனும் ஒரு வகையில் சிறையுடைப்பைச் செய்தாலும், அது சகோதரிக்கு கிடைத்த வெற்றி தான். அவருடைய இந்த கவிதைத் தூண்டலுக்கு ஏதேனும் காரணம் இருந்தால், இதுவும் யாருக்காவது காரணமாக அமைய வாழ்த்துக்கள் கூறி பாராட்டுவ-தோடு மட்டுமல்லாது, இப்படைப்பை உலகின் எல்லா மூலைகளுக்-கும் கொண்டு செல்லும் அரிய பணியைச் செய்திருக்கும் நோஷன் பதிப்பகத்தாருக்கும் என் இதயம் நிறைந்த வாழ்த்துகளும், பாராட்டு-களும்..

"நிமிர்ந்த நன்னடை நேர்கொண்ட பார்வையும்,
நிலத்தில் யார்க்கும் அஞ்சாத நெறிகளும்,
திமிர்ந்த ஞானச் செருக்கும்.."

என்ற பாரதியின் வீர வரிகளுக்கு உண்டான தகுதிகளைக் கொண்டிருக்கும் சகோதரி பரக்கத்து நிஷா வின் வெற்றியை எப்படிக் கொண்டாடுவது.?

அன்புடன்,
அமீர்
(திரைப்பட இயக்குநர்)

முன்னுரை

எ்னைப் பற்றி நானே பெருமையாய் சொல்லிக்கொள்ள ஒன்-
றும் இல்லை சிறு வயதிலே தாயை இழந்து தந்தையின் அரவ-
ணைப்பில் சிறு காலமும், தூரத்து சொந்தங்கள் எல்லாம் பாரமாய்
பார்த்ததால், இரத்த உறவுகள் அற்ற, மற்ற உறவுகள் அனைவரும்
கை விரித்த நிலையில் அங்கே, இங்கே என்று வாழ்க்கையின்
அர்த்தம் புரியாமல் காட்டுச்செடி போல் தானே வளர்ந்து அன்பு
என்ற வளம் இல்லாமல் வறுமையில் வாடியதோடல்லாமல், கனி-
வான வார்த்தைகளுக்காக காத்திருந்ததும், கடும் சொல் சிறிதும்
தாங்காத என்னிடமே அனைவரும் தனது வீரத்தைக் காட்டிய
பொழுது, சில பல சமயங்களில் மனம் உடைந்து, சிதைந்து போன-
தென்னவோ நிஜம்.

முதுமையின் முதல் கட்டத்தை தொட்டு விட்ட இக்கணத்தில், ஒரு
சில பலமான வார்த்தைத் தாக்குதலுக்கு ஆளான பிறகு, வேற்-

றுகிரகவாசிகளுடன் பயணப்பட்ட உணர்வுகளுடன், சிறு அச்சத்து-
டன் பழகுவதோடல்லாமல், மொத்தத்தில் என் கடந்த கால நிகழ்-
வுகளுக்கு ஒத்தடம் கொடுக்கும் விதமாய், என்னை முழுவதுமாய்
ஏதோ வேலையில் ஈடுபடுத்தி கொண்டாலும், வாங்கிய வசவுகள்
தான் எத்தனை, அவ்வப்போது வீசியெறியப்படும் அமில வார்த்தை-
களைத் தாங்கிக் கொண்டு, வந்தாலும், சிலரின் சிறு பிள்ளைத்-
தனமான செயல்களால், என் மனம் அவ்வப்போது காயப்பட்டாலும்,
நிகழ்கால நிர்பந்தத்தின் அடிப்படையில், என் உள் மன ரணங்களை
மறைத்து என் சுயம் காக்க வேண்டி நெஞ்சுரம் கொண்டவளாய்,
நேர் கொண்ட பார்வையுடன், எனது நினைவுகளுடன் நெஞ்சுரத்-
தோடு பயணப்பட்டுக் கொண்டிருக்கிறேன். 'நினைவு' காதல் பிரிவி-
னும் கொடிது நாம் அனைவரும் அன்றாடம் வாழ்க்கையில் சந்-
திக்கும் நிகழ்வுகளும், அதன் பாதிப்புகளும், அது தரும் வலிகளும்,
இரக்கமில்லாமல் விட்டுச் சென்ற உறவுகளின் இரத்தப் பந்தத்தின்
வாசனையுடன் வலிகளைப் பகிர்ந்திருக்கிறேன்.

நினைவுகளைத் தேடி
ஒரு நீண்டப் பயணம்
இழந்தவை, பெற்றவை
கடந்தவை, கலங்கியவை
என்று பயணம் தொடர்கிறது
தொடர்கதையாய்..,
கண் கசிய வைத்த
கசப்பான ஞாபகங்கள்
கடைவாய்ப்பல் தெரிய
சிரிக்க வைத்த
இனிப்பான சுவாரஸ்யமான
அனுபவங்கள் என தொடர்கிறது
என் வாழ்க்கை.

என் ஞாபகப்பெட்டகத்தில் அடைகாத்து வைத்திருந்த சந்தோ-சங்கள், அவமானங்கள், சோகங்கள், வலிகள், வேதனைகள், காயங்-கள், ஏமாற்றங்கள், பிரிவுகள், துரோகங்கள், துர்மரணங்கள், ஏற்றங்-கள், இறக்கங்கள், ஆசைகள், கனவுகள், நடந்தவைகள், மகிழ்ந்-தவைகள், நெகிழ்ந்தவைகள் என்று ஏராளமான நினைவுகளின் தொகுப்புகள் என பட்டியல் நீண்டுகொண்டேப் போகும் அந்த நினைவுகளின் சில மணித்துளிகளை உங்களின் விழியின் வழியே ஊடுருவி உங்களின் இதயங்களுக்கு எடுத்துச் செல்ல விரும்பிய வண்ணம் இந்த உணர்ச்சி மாலையை உங்கள் கரங்களுக்கு முன்னே காணிக்கையாக்குகிறேன்.

நக்கீரனாரின் நெற்றிக்கண் பார்வையைக் கொண்டு அலசி ஆராயாது ஒரு சாமானியனின் வலியை உணர்ந்து உணர்வுகளுடன் பயணப்படுங்கள். வார்த்தை விளையாட்டில் வல்லமை பெற்றவள் இல்லை என்பதால் இதில் இருக்கும் சிறு பெரு தவறுகளை மன்-னித்து சிறப்பித்துத் தருமாறு அன்புடன் கேட்டுக்கொள்கிறேன்.

கண்ட, கொண்ட, காணும் காட்சிகள் வெவ்வேறாயினும் காயங்களும் அது தரும் வலிகளும் ஒன்று தான். அதை என் வாசக சகோதர, சகோதரிகளிடம் பகிர்ந்து கொள்ளும் விதமாகவும், காயத்துக்கு மருந்தாய் உங்கள் அனைவரின் அன்புக் கரங்களில் என் ஞாபகப்-பெட்டகம் தவழ வல்ல நாயகனிடம் இறைஞ்சியவளாய் விடைபெறும் உங்கள் சகோதரி.

நினைவுகளின் ஓசைகள்,
விழி வழியே ஒரு பயணம்.
முக்காலத்திற்கும் தொடரும்
நினைவலைகளுடன் .

ஞாபகங்களுடன்,
ஏர்வை.தி. அ.பரக்கத்து நிஷா

நன்றி

சிறுவயது முதல் கவிதை எழுதுவதில் நாட்டம் இருந்தாலும் பெண்-
கள் கவிதை எழுதுவது தவறு என்று தவறாக போதிக்கப்பட்டதால்
பிரசவிக்கும் முன்னே கலைந்த குழந்தையாய் அனைத்தும் தீக்கி-
ரையாக்கப்பட்ட நிலையில் முதல் கவிதை பிரசவிக்க உறுதுணை-
யாய் இருந்த என் அன்பு கணவர் கபீர் ரஹ்மான் அவர்களுக்-
கும் எம் பெற்றோரை பூமிக்கு தந்த இறைவனுக்கும், என்னை இந்த
மண்ணில் விதைத்த என் பெற்றோர்களுக்கும், என்னை சீராட்டி,
பாராட்டி வளர்த்த என் அண்ணன்கள் மற்றும் அக்காக்களுக்கும்,
என் செல்லக் குழந்தைகள் க.ஹபீபா மற்றும் க.ஆரிஷ் அவர்க-
ளின் பொறுமைக்கும், எனது பாசமிகு மச்சிகள், மச்சான்கள், மரும-
கப் பிள்ளைகள், பேரன்கள், பேத்திகள், தோழிகள் மற்றும் எனக்கு
எழுதக் கற்றுத் தந்த ஆசிரியர்களுக்கும், அணிந்துரை வழங்கி சிறப்-
பித்து தந்த நடிகர், இயக்குநர், மற்றும் தயாரிப்பாளரும் ஆகிய
மரியாதைக்குரிய சகோதரர் திரு. அமீர் சுல்தான் அவர்களுக்கும்
இதயம் கனிந்த நன்றி. தேடு தளத்திலிருந்து பெறப்பட்ட புகைப்படங்-
களின் உரிமையாளர்களுக்கு பணிவான நன்றி, என் நிறை குறை-
களை அலசி ஆராய்ந்து, நேர் பட பேசி என்னை அன்பால் வழி
நடத்திச் செல்லும் பிரியமானவர்களுக்கும், என்னை அவ்வப்பொழுது
ஊக்கப்படுத்தும் அனைத்து நல்ல உள்ளங்களுக்கும், எனது மாணவ
செல்வங்களுக்கும், என்னுடன் பணியாற்றும் அனைத்து பேராசிரிய
பெருமக்களுக்கும், தரமான அனுபவங்களைத் தந்த இந்த சமூ-
கத்திற்கும், இவை அனைத்தையும் ஆகுமானதாக்கி தந்த வல்ல
நாயனுக்கும், இலவச பதிப்பின் மூலம் அறிமுக எழுத்தாளர்களை
இவ்வுலகிற்கு அடையாளப்படுத்தும் நல்லுள்ளம் கொண்ட நோஷன்
பதிப்பகத்தார்களுக்கும் எனது உளம் கனிந்த நன்றிகளை உரித்தாக்-
குகிறேன்.

ஆசிரியர் குறிப்பு

தி. அ. பரக்கத்து நிஷா, ஜனாப் தி. அயூப்கான் ஒய்வு பெற்ற ஆசிரியர், ஜனாபா அ.ரஹீமா பீவி தம்பதியருக்கு, ஏழாவது மகவாக இராமநாதபுர மாவட்டத்தில் மிகவும் பிரசித்திப் பெற்ற சுற்றுலாத் தலமாக திகழும் சிறப்பு மிக்க ஏர்வாடி தர்ஹாவில் பிறந்தார். பள்-ளிப் படிப்பை ஹமீதியா பெண்கள் மேல்நிலைப் பள்ளியிலும், இளங்-கலை மற்றும் முதுகலை ஆங்கில இலக்கியம், தாசிம் பீவி அப்துல் காதர் மகளிர் கல்லூரி, கீழக்கரையிலும், ஆய்வியல் நிறைஞர் பட்-டத்தை குயின் மேரிஸ் கல்லூரி, சென்னையிலும் பயின்றார். ஜனாப் அ. கபீர் ரஹ்மான் என்பவரை மணம் முடித்து, ஹபீபா, ஆரிஷ் என்ற இரண்டு மகவுகளை ஈன்றெடுத்தார். 2012 முதல் வரலாற்றுப் புகழ் மிக்க சேதுபதி அரசுக் கல்லூரியில் கௌரவ விரிவுரையாள-ராக செவ்வனே பணியாற்றி வருகிறார்.

1. வசந்த வாசல் திறக்க வேண்டி.,

இப்பிரபஞ்சத்தைப் படைத்து,

இயற்கையை நேசிக்கக் கற்றுத் தந்த இறையே!

இருளுக்கு முகவரி கொடுக்கும் வெளிச்சத்தைப் போல

என் வாழ்க்கை பிரகாசிக்க வா! என் இறைவா!

நீரோடையில் சிக்கியச்

சிறுத் துரும்பாய்த் துரத்தியடிக்கப்பட்டு,

காதருந்த ஊசியாய் பயனற்று,

கோடை மரமாய்க் காய்ந்து,

ஏதோ ஓர் மூலையில் சோர்ந்து,

விழிமூடி, வழித்தேடி

உன் வசந்தவாசல் திறக்க வேண்டி

காத்திருக்கும் உன் பிரிய இறைஞ்சி...

2. நான் யார்?

வளைத்த
வளைப்பிற்கெல்லாம்
வளையும்
வில்லா?
எதற்கும் வளைந்துக்
கொடுக்காது
எதிரி நெஞ்சைப்
பீறிட்டுப் பாயும்
அம்பா?
நான் யார்?

I. கவிஞர்களின் முதல் கரு "காதல்"

காலத்தைத், தேசத்தை,

உணர்வுகளைக் கடந்தது,

ஐம்புலன்களையும்

ஆட்டிப்படைகின்ற அவஸ்தை,

விதைக்குள் உறங்கும் உயிர்,

கடும்பாறையிலுருந்து

கசிந்துருகி பீச்சிடும் நீரூற்று,

மறுக்கவோ, மறக்கவோ

துறக்கவோ, வெறுக்கவோ இயலாத

நெஞ்சை பிசையும் இம்சை,

ஓட்டு மொத்தக் கவிஞர்களின்

முதல் கருவும், உருவும் அதுவே,

என்றால் வியப்பதற்குமில்லை

நான் ஒருத்தி மட்டும் அதில்

விதி விலக்கும் இல்லை.

ஆழமான மன ரணங்களும் ,

கண்ணில் கண்ட, கானா

கைக் கூடா காவியக் காதலும்,

பிரிந்த இதயங்களின் ஆன்மாக்களை

வார்த்தைகளால் பிணைத்து இணைக்கும்

முயற்சியாய் இந்த சிறு க(ரு)விதை.

3. சந்தோச நொடிகள்

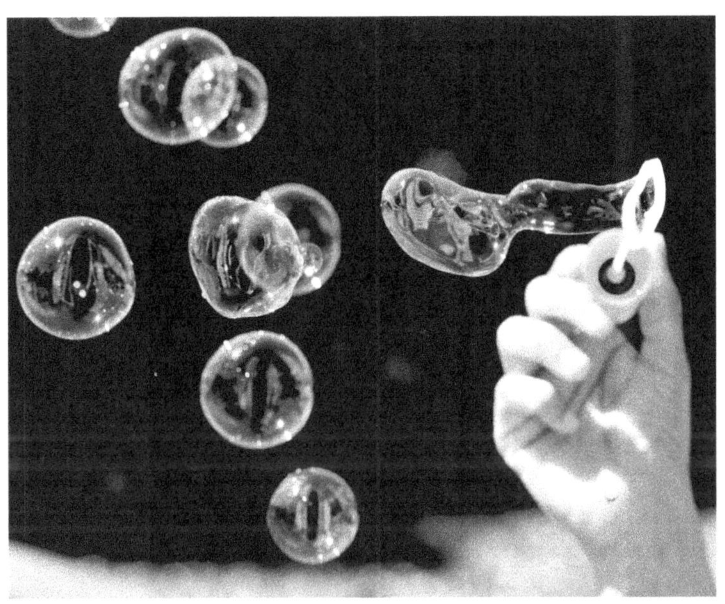

நீர்க்குமிழியாய்
உன் நினைவு,
சில நிமிடச் சந்தோசங்கள்..,

4. அன்பின் முரண்

அவன் கலைத்துச் சென்று விட்டக் கோலத்தை
எண்ணி கலங்கி மௌனித்திருந்தாள்.
சிறகை விரித்துப் பறந்துப் போய் விட்ட
அந்த இம்சை நொடிகளினால்,
ஒட்டு மொத்த உலக பிரளயங்களின்
வேதனைகளால் நெஞ்சை மத்து வைத்து
கடைந்தெடுத்த உணர்வுகளுடன் உழன்றாள்.

கடந்து சென்று விட்ட ஒவ்வொரு விடயங்களையும்
அவஸ்தையாய் அசைப் போட்ட படி,
அன்பின் முரணான அந்த வாழ்க்கையை எண்ணி,
உதிர்ந்து, விழுந்து, ஒழுகும் அந்த நொடியை
தாளாத அன்பின் நெடியால்,
ஓட்டைப் பாத்திரத்தில் பிடிக்க முயன்று,
தோற்றுத், தளர்ந்துப் போன உணர்வுகளை,
நெட்டி முறித்துத் தள்ளிய படி கடக்க எத்தனித்தாள்.

இட்ட ஆணைக்கு இணங்கியபடியே இருந்து
பல்வேறு கணங்களில் தான் யார் என்பதை மறந்து
பிழை செய்யாத தலையாட்டி பொம்மையாய்
கட்டளைக்கு இயைந்து, விரும்பியபடி விரும்பாமலும்,
மறுத்து, வெறுத்து, மறந்து போனதால் துயருற்றாள் .

ஈரக்காற்றுப்பட்ட இரும்பாட்டம்,
துருப்பிடித்து உதிர்ந்த இதயத்தை,
யாரோ சம்மட்டியால் அடித்த வலியுடன்,
தன்னுணர்வற்று வாழ்ந்தப்போதிலும்,
புலன்களின் உணர்ச்சிப் பிரவாகங்களை,
ஒட்டு மொத்தக் குத்தகைக்குக் கொடுத்துவிட்டு,
ஏனோ மறந்தானோ! ஏன் தான் மறுத்தானோ?
என நினைத்த போது அடைத்த
நெஞ்சின் துன்பம் தீர்ந்தபாடில்லை.

மனநிலையைச் சமநிலையில் வைக்க முயன்றாலும்,
முனிவனின் கடும் தவத்தைக் கலைத்த,
நாட்டியக்காரி மேனகையின் நளின நடனத்தைப் போலவும்,
கருநாகம் கக்கிய, மொத்த விஷத்தின் வீரியத்தைத்
தாங்காது தடுமாறி விழும் சாமானியனாய்,
இறகுகள் உதிர்ந்து, சிறகுகள் முறிந்து
கசப்பான வாழ்க்கையைக் கடக்கும் முயற்சியில் அவள்.
அவனோ ! மாற்றான் கூட்டில் பத்திரமாய்
அடைகாக்கப்பட்ட தங்க முட்டையாய் களிப்புடன்.

5. ஒன்றறக் கலந்த நெஞ்சம்

அம்மி மிதிக்கவில்லை,

அருந்ததி பார்க்கவில்லை,

ஊரும் உறவும் சூழ்ந்து,

தாலியும் கட்டவில்லை.

நாளும் கிழமையும் பார்க்கும்

சடங்கும் நடந்தேறவில்லை.

ஆனாலும் அன்புடை நெஞ்சம் தான்,

செம்புலப் பெயல் நீர்ப் போல ஒன்றறக் கலந்தனவோ?

6. கொள்ளிக்கட்டையாய் எரியும் மனசு

தலை மேல தண்ணி வச்சு,
நெருப்பு மேல நடந்துகிட்டு,
இடுப்பில் பாரம் ஏற்றிக்கொண்டு,

நெஞ்சில் நினைப்பைச் சுமந்துகொண்டு,
தள்ளாடித் தள்ளாடிப் போறப்புள்ள,
மனப் பாரம் தாங்க நான் வரவா?
ஆற்றங்கரையோரம் நாணல் படர்ந்திருக்க,
நாணத்தோடு அது தலைக் கவிழ்ந்திருக்க,
ஓடைத் தண்ணீர் ஆற்றோடுக் கலந்திருக்க,
இருண்டக் கணங்களில் மருண்ட மான் விழிகளோடு,
ஓடைக்கரையின் வாய்க்கால் வரப்போறோம்,
வறண்ட உன் இதயத்தின் வலியை,
உன் விழி கூறத் துடித்த அக்கணம்,
சுள்ளிக்கட்டைப் பற்ற வைக்கும்,
கொள்ளிக்கட்டையாய் எரிந்தது என் மனது.

கரியக் காரிருளினூடே கரைந்தக் கண்களும்,
கருவேலம் பட்டைகளாய் காய்த்துப் போன கைகளும்,
பயந்து பரிதவிக்கும் நொடிகளும் நொறுங்கட்டும்.
இருண்டக் கண்டத்திற்கு கிடைத்த ஒளிவரமாய்,
உதிர்த்து விடு மின்னல் புன்னகையைச் சம்மதமாய்.

நூறாண்டுகள் புதைந்து, சிதைந்து முளைத்த,
புரட்சி விதையாய்த் தடைகளைத்
தகர்த்தெறிந்து விட்டு விரைந்து வா என்னோடு !
இல்லையேல் மடிந்திடுவேன் மண்ணோடு!

7. வேரறுந்த நாணலாய்

எட்ட நின்றப் பொழுதுகளில் கிட்ட வர ஏங்கியது,

கிட்ட வந்தப் பொழுதுகளில்,

விட்டுவிடுவாயோ? என்று நெஞ்சம் கலங்குகிறது.

நெருஞ்சி முள்ளாய் துயரம் என் நெஞ்சில் துளையிடுகின்றது,

தூரம் நின்ற நீ இன்னுமின்னும் தூரமாய்,

வேலி போட்டு மறைக்கத் துடிக்கும் நேசத்தை,

திரை விலக்கிப் பார்க்க விளைகிறாய்.

வேரறுந்த நாணலாய்,

உறவை இழந்து மனது தவிக்கிறது.

உன் உறவை மறுத்து, மறித்து விடவும் முடியாமல்,

நொடிக்கொரு தரம் வரும் உன் நினைவை

அழிக்கவும் முடியாமல், உளையும் மனசை நீ அறிவாயோ?

8. சுமைதாங்கி

அன்பு செய்ய அன்னையிருக்க,
ஆதரிக்க அப்பனிருக்க ,
சொந்தப் பந்தம் சூழ்ந்திருக்க,
அழுதுப் புரள நானிருக்க ,
சோகம் என்ன மச்சானே!
சேர்ந்து வாழ முடியலன்னு,
சோர்ந்துப் போக வேணாம்யா,
கெட்டச் சொப்பனமாய்,
கலைத்து விட்டு எழுந்து நில்லு.
சொனங்கி நீயும் போனாலே,
கலங்கி நானும் போவேனே!
சோர்ந்துப் போன உன் முகம் பார்த்து,
சேர்ந்து நானும் வாடுவேனே!
காசு, பணம் வந்து போகும்,
கவலையும் பறந்து போகும்,
சுப்பன் குப்பன் பேச்செல்லாம்,
தூரப்போடு மச்சானே!
சுமைதாங்கிக் கல்லாட்டம்
உனக்காக நானிருக்கேன்.
இதயப் பாரம் லேசாக, இறக்கி வையி மச்சானே!

9. காதல் கசக்குதடா

சாய்வு நாற்காலியில் ஓய்வாக அமர்ந்து
ரசித்தக் காதல் பாடல்கள்.
காதல் பாடல்களை ரசிப்பதற்காவே,
முடுக்கப்பட்ட வானொலிப் பண்பலைகள்,
காதுக்கு இனிமையைத் தந்தது.

தினசரி நாளிதழ்களில் வரும்
காதல் கவிதைகளை கத்தரித்து,
காதல் பாடல் புத்தகங்களை வாங்கி அடுக்கி,
மண்டியிட்டு வரி விடாமல் மனனம் செய்தது,
மனதுக்கு இதமாக இருந்தது.

காதல் பட நாயகன், நாயகிகளை
மானசீகமாக சிநேகம் கொண்டதோடு
காதல் கதைப் புத்தகங்களை,
கடன் வாங்கியாவது படித்தது,

காவியக் காதலர்களை
காதல் தெய்வமாக நினைத்தது,
ஊரார் காதலுக்கு ஓடோடி உதவி செய்தது,
இத்தனையும் சுகமாய் தான் தெரிந்தது,
தன் பிள்ளைக் காதலிக்கும் செய்திக் கேட்கும் வரை.

10. கேளா வார்த்தை

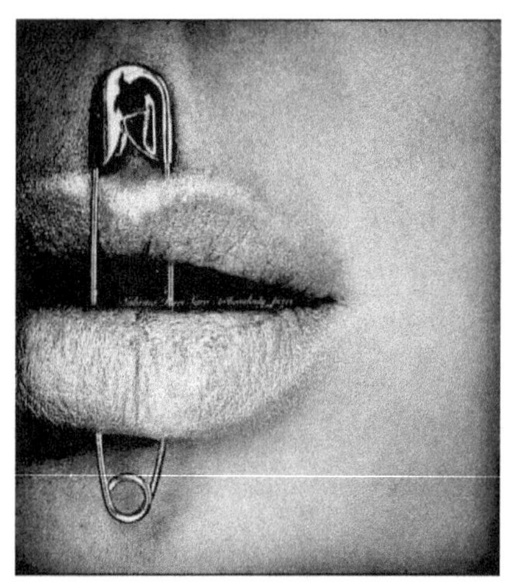

சொல்லத் துடித்த வார்த்தைகளை
கேட்க மறுத்தச் செவிகள்...,
கேட்க மறுத்தப் போதிலும்
கூறத் துடித்த உதடுகள்...,
கேட்க நினைத்தப் பொழுதுகளில்
கேளாத் தூரத்தில்,
கூறா வார்த்தைகளுடன்...,

11. கவிதையின் கருப்பொருளாய் நீ

ஜன்னல் வழி வந்த
தென்றல் காற்றா?
இல்லை ! சூறாவளியா நீ?

சில நேரம் சில்லென்று
வருடிச் செல்கிறாய்.
சில நேரம் சீறிப்பாய்ந்து
சிதறச்செய்கிறாய்.

என் கவிதையின்
கருப்பொருளாய் வந்தாய்.
உன் நினைவுகளையேப்
பொக்கிஷமாய் தந்தாய்!

காலதேவனைக் கடித்துக் கொண்டிருக்கிறேன்,
கரைந்தோடிக்கொண்டிருக்கும்,
நிமிடங்களை நினைத்து.

காத்திருத்தல் சுகமாம்,
காதலர்களுக்கு.
அதுவே ரணமாம் ,
காவல் தேடுபவர்களுக்கு.

12. காதலுமானவளே!

ஊனாய்

உருகி,

உயிரின் வழியே ஒழுகி,

கண்களின் காட்சியாய், நினைவுகளின் சாட்சியாய்,

கொடுக்கின் விஷம் தாளாது, விம்மும் இதயத்தின் வலியோ,

சொல்லிமாளாதத் துயரமாய், நின் நினைவுச்சுவடுத் தேடி,

மரப்பாச்சி பொம்மையாட்டம், மறத்துப் போன உணர்ச்சிகளுடன்,

பித்துபிடித்தப் பேதையாய், உலகமே ஸ்தம்பித்துப் போன உணர்வுகளுடன்,

ஆற்றவும் தேற்றவும் நாதி இன்றி,

சந்தித்துப் பிரிகிற நொடியின்

வலியின் நெடியுடன்,

அடங்க மறுக்கும் விழிநீரை,

அடக்க முயன்று தோல்வியுற்று,

நினைவுகளின் ஓசை,

விழியில் தொடங்கி,

விதியால் முடிந்து,

சதியால் சிதைந்து,

இலக்கண இலக்கியங்களை உடைத்து,

நூறாண்டுகள் போராடி முளைத்த விதையாய்,

மீண்டும் இதயத்தின் இசையை மீட்டத் துடிக்கும்,

காதலுமானவளே!

13. ஏழு ஜென்மம் வேண்டாம்

கடிவாளம் போடாதக் குதிரையாய் என் மனது,
கட்டுப்பாட்டைத் தகர்த்தெறிந்து,
உன்னுள் ஆளுமை செய்யத் துடிக்கிறது.

வாய்பூட்டுச் சட்டம் போட்டும்,
வசவுகள் பல பெற்றும்,
மனதுக்குள்ளே நடந்த வார்த்தைப்போரை,
எவரும் அறிந்திலர்.

நீ சிந்திய வார்த்தைகளால்,
கரையான் அரித்தச் சட்டமாய்,
இதயம் சிதைந்துப் போனாலும்,
போராட்டத்தின் இறுதியில்,
என்னை தோற்று வென்றது,
உன் நினைவுகளே.

அடுக்கடுகொனத் அதிரடி தாக்குதல்களால்,
அச்சுறுத்தப்பட்டாலும்,
தூரம் சென்று துயர் தந்தாலும்,
தாங்காதப் பாரத்தை ஏற்றினாலும்,
விடியல் தேடும் இரவாய் உன்னைத் தேடி.

வலியோ வேதனையோ பெறுவது தனி சுகமே,
தருவது நீயென்றால் தொடரட்டும் இன்னும் ஒரு யுகமே,

என் அன்பை சொல்ல வார்த்தைகள் ஏது?
ஏழு ஜென்மம் வேண்டாம் உன்னோடு!
இந்த ஜென்மத்தில் ஏழு ஜென்ம வாழ்க்கை
வாழ வந்துவிடு என்னோடு!

இனியொரு ஜென்மம் உண்டெனில்
நான் நீயாகவும் நீ நானாகவும் வேண்டும்
என் அன்பை நீ அறிய அல்ல,
உன் அன்பை நான் அறிய.

மறித்து விட சில நொடிகள் போதும்
மறந்து விட ஆகுமே ஒரு யுகம்
ஒரு முறையேனும் வந்துவிடு
கனவிலாவது ஒன்றாக
நன்றாக வாழ்ந்திடுவோம்.

14. சிற்பக்காதலர்கள்

பேரன்பின் திரளான நினைவுகளை,
ஓவியமாய் வரைந்து வைத்தேன்,
கண்ணீர்ப்பட்டுக் கலைந்துவிட்டது.
காவியமாய் எழுதி வைத்தேன்,
செந்தீயில் சிதைந்துவிட்டது.
சிற்பமாய் வடித்திருக்கிறேன்.
அன்பே அதையாவது
நொறுங்கி விடாமல்,
பத்திரமாய்ப் பார்த்துக்கொள்.
மனதை ஒட்டவைக்கும்
பசைக் கண்டுபிடிக்கும் வரை.

15. நெருப்பை நாடும் விட்டிலாய்...,

எரித்துவிடும் கண்களுக்கு,
மறுத்து விட இயலவில்லை.

கலங்கடிக்கும் எண்ணங்களுக்கு,
முற்றுப் புள்ளி வைத்திட முடியவில்லை.

கற்பனையாய் வடித்தக் காவியங்களுக்கு,
நினைவுத் தூரிகையால் வண்ணம் பூசி,
மறைத்திட முயலவில்லை.

உன் அருகாமையின் பரிசத்தை,
உதறித்தள்ள மனமும் வரவில்லை.

புள்ளிதாண்டாக் கோலமாய்,
எல்லை தாண்டிட நினைக்கவில்லை.

அமைதி தந்திட்டப் புயலாய்,
நீ இருக்கவும் இல்லை.

நெருப்பை நாடும் விட்டிலாய்,
உன் ஸ்பரிசம் எண்ணி,
உருகி கருகிக்கொண்டிருக்கிறேன்..

16. விழி ஈர்ப்பு விசை

அடடா நியூட்டா?
நீ ஆய்வு செய்தது,
ஆப்பிளை வைத்தா ?
இல்லை! இல்லை!
ஆப்பிள் கன்னங்களுக்கு,
மேலே உள்ள என்னவளின்
திராட்சைக் கண்களை வைத்தா ?
என்ன ஒரு வியப்பு!
நாணத்தோடு, பார்த்ததென்னவோ அவள் !
விழுந்ததோ நானல்லவா?

II. ம(ன)ரணக் காதலன்

இரணத்திற்கு மருந்து தேடி,

மரணத்தின் மீது காதல் கொண்டு,

அழுகைப் பூக்களால் ஓர் ஆராதனை.

17. சுயத்தின் மரணம்

காய்ந்து உதிர்ந்த
இலைகளைப் போல,
இலக்கின்றி,
அங்குமிங்கும் அலைந்து,
திரிகின்றது மனசு.

மீண்டும் மீண்டும்
வந்த வேண்டாக் கனவுகள்
திரும்பத் திரும்ப

அவளைத் துன்பத்தில் உழல வைக்கிறது.

தவறாக போதிக்கப்பட்ட
ஆண்களின் மீதான
அவ நம்பிக்கையை உதிர்த்துவிட
முனைப்பெடுக்கிறாள்.

ஆண்கள் என்றாலே ஆன்மாவிற்கு
வலி கொடுப்பவர்கள் என்று,
கருதி ஓடி ஒதுங்கி ஒளிந்தாலும்.

வைரமாய் ஜொலிக்கும்
அவர்கள் தேனாய் உதிர்த்த
போலியான வாக்குறுதிகளைக்
கண்டு எழுதில்
மயக்கம் கொள்ளாமல் இல்லை.

கூர்மையான ஆணியின் மீது
விரிக்கப்பட்ட
சிவப்பு கம்பளத்தின் மேலே
நடந்த வலியில்,
வானத்தைத் தொட முடியா வண்ணப்பட்டமாய்,
அங்குமிங்கும் அலைக்கழிப்பட்டு.

எக்குக் கத்தியால்,
கீறிய இதயத்துடன்,
துயரத்தைச் சிறைவைக்க முயன்று,
சுயத்தை மரணிக்கச் செய்து,
வெட்டுண்டு மடிந்தேப் போகின்றாள்.

18. காத்திராக் காலங்கள்

நேற்றையப் பொழுதுகளில் நான் என்ற நான் கர்வமாய்,

கொத்துக் கொத்தான மனிதச் சடலங்களின்,

இறுதிச் சடங்கில் கருகிப் போனதென்னவோ நிஜம்.

வேரோடு அறுந்து இன்று புதியப் பரிணாமமாய்,

ஓட்டு மொத்த உலகத்தின் மரண ஓலம்(கொரோனா),

நெஞ்சைக் கீறிக் கிழித்த வண்ணமாய் உலகெங்கிலும் உறவுகள் இருந்தும்,

தனி ஒருவனாய், தனி ஒருத்தியாய்,

தனியறையில் சடலமாய், நாதியற்ற நிலையில்..,

கட்டிய மனைவியோ, கணவனோ,

பெற்றப்பிள்ளைகள், உற்றார், உறவினர்கள்

என்று ஆயிரம் உறவுகள் புடை சூழ இருந்தும்,

நான்கு பேர் தூக்கிச் செல்ல விதியின்றி,

கழிவு மூட்டையைப் போல தூக்கி எறியும் நிர்பந்தத்துடன்,

கடந்த நாட்களை நினைக்கையில்,

நெஞ்சை யாரோ கை விட்டு பிசைவது போல் உணர்வு.

எத்தனை எத்தனை திட்டமிடல்கள்,

அத்தனையையும் சூறாவளிக் காற்றைப் போல,

சுழற்றிப் போட்டுவிட்ட, விதியின் போக்கை யாரறிவார்?

சொல்லாமல் போன, கேட்காமல் விட்ட மிச்ச சொச்ச வார்த்தைகளின்,

கணக்கைத் தீர்க்க காலம் காத்திருக்குமோவென கேள்வியுடன்?

தொலைகின்றது நிஜம் என்ற பொய் போர்வையில்,

பதுங்கிக்கொண்ட என் நிழல் பிம்பம்.

19. பயம்

மூன்று உலகப்போர்களின்
சங்கமத்தைப் போல,
தொண்டைக்கும்,
நெஞ்சுக்கும் இடையில்
ஏற்படும்
அமிலப்
பிரளயமே
பயம்.

20. இருட்டறை

காற்று, ஒளிபுகா நாற்புறச் சுவற்றிற்குள்
அடைக்கப்பட்ட அவஸ்தையாய்,
மூச்சு முட்டும் வேதனையுடன்
செய்வதறியாதத் திகைப்பில்,
திக்கு முக்காடிப் போன நிலையில்,
வழித் தெரியாத வலியில்,
மரணத்திற்கும், மௌனத்திற்குமான போராட்டத்தில்,
வெளிக்காட்ட இயலா விரக்தியில்,
போராட்டக் களத்தில் போராட
திராணியற்றப் போராளியாய்,
மௌனமாய் மரணிக்கச் செய்கிறேன்
நான் என்ற என் சுயத்தை.

21. ம(ன)ரணக் காதலா!

வெற்றிடம் எனும் வெறுமைக் கொண்ட
வேற்று உலகத்தின் எல்லைக்குள் சென்ற
எவரும் திரும்பி வந்திலர்
என்று நன்கறிந்திருந்தும்,
யோகியின் முதிர்ந்த மன நிலையில்
அந்த மரணக் காதலனை
மன ரணப்பொழுதில் சந்திக்க விரும்பினேன்.

அவன் என் இதயத்தை மட்டுமல்லாது
ஆன்மாவையும் ஒரு சேர வென்றான்.
நான் இப்போதெல்லாம் மண்ணுலகை வெறுத்து
ஆரத்தழுவிக்கொள்ள ஆசையுறுகிறேன்.
அவனை நெருங்கத் துடிக்க விழைகிறேன்.
எத்தனை முறை முயன்றும்
அத்தனை முறையும் புறக்கணித்தான்.

அவனை நெருங்கிச் செல்லச் செல்ல
அனாயசமாகத் தூக்கி எறிந்தான்.
நிராகரிக்கப்பட்ட மனச்சோர்வுடன்,
பயம் கலந்தப் பைத்தியக்காரத்தனத்துடன்,
திரும்பத் திரும்ப அணுகினேன்.

அவன் நினைவுகளாலே உழன்று,
அவனில்லாத இந்த அந்நிய உலகை விட்டு,
தனித்திருக்க முயன்றுத் தோற்றேன்.

ஆன்மாவைச் சித்திரவதைச் செய்த,
இந்த பைத்தியக்கார உலகை விட்டு,
விண்ணுலகிற்கு அழைத்துச் செல்ல முண்டியடித்து,
அவனிடமே மண்டியிட்டும் நின்றேன்.
அவனில்லாத அந்தத் துயர நாட்களை,
அவன் நினைவுகளாலே நிரப்ப முயன்றேன்.

என் அருமை மரணக் காதலா!
மன ரணத்தைப் போக்க வருவாயோ?
மன ரணத்தால் மரணித்து வாழ என்னால் இயலவில்லை
உன்னை அடையும் முயற்சியில் தோல்வியுற்று
நீ வருவாய்! என அயற்சியில் சிறு மரணம்
வேண்டி நித்திரைக்கொண்டேன்.

22. மரணம்

மகா அனுபவங்களின் இறுதிச் சுற்றாய்,
தடுப்பணை இல்லாக் காட்டறாராய்,
தன்னுடல் விட்டு, மண்ணுடல் நாடியும்,
தேடிக் கிடைத்தப் பொக்கிஷங்களை
தேடாமல் விட்டு விட்டு,
நிலையில்லா உலகில் இருந்து,
நிரந்தர உலகிற்குச் செல்லும் பயணம்.

நாம் ஒருவரை இழப்பது துயரமாய்,
நம்மை நாமே இழப்பது சுக அனுபவமாய்,
விளைவுகளின் முடிவுகளுடன்,
உடலும் ஆன்மாவும் பிரியும் சடங்குகளுடன்,
வந்தப் பாதை வேறாயினும்,
அரசன், ஆண்டி பேதமில்லாமல்,
விரும்பியும், விரும்பாமலும்,
தொடங்கும் இறுதிப் பயணமே
மரணம்.

23. இரங்கற்பா

இற்றுப் போன இளமைக்கு,

மறத்துப் போன உணர்ச்சிகளுக்கு,

வற்றிப் போன இரக்கத்திற்கு,

விட்டுப் போன உறவுகளுக்கு,

மறந்துப் போன துரோகத்துக்கு,

கந்தலான இதயத்திற்கு.

படிக்காமல் பெற்ற

அவமானப்பட்டங்களுக்கு,

ஊளைக் கிழித்து ஊசியாய்

கிடைத்த வசவுகளுக்கு,

வலுவிழந்த வார்த்தைகளுக்கு,

காரணமின்றிச் செறிந்தக் கண்ணீருக்கு.

பாராமுகம் காட்டியதால்
பரிதவித்த நாட்களுக்கு,
தோழிகளேத் துரோகிளான
பொழுதுகளுக்கு,
கவனிப்பாரின்றி
கடந்தக் கணங்களுக்கு,
குத்தல் பேச்சுகளுக்கு.

கலைந்துப் போன கனவுகளுக்கு,
தொலைந்துப் போன நினைவுகளுக்கு,
வறண்டுப் போன வார்த்தைகளுக்கு,
உறைந்துப் போன நிமிடங்களுக்கு,
முதுகில் குத்தப்பட்டக் காயங்களுக்கு,
தீக்கிரையானக் கவிதைகளுக்கு.

கடந்துப் போனக் கவலைகளுக்கு,
இப்படி விடுபட்டுப் போன
ஏராளமானவைகளுக்கு,
இறுதி அஞ்சலி.

III. நினைவுகளின் தேடல்

கூறவும் கேட்கவும்

மறுதலித்த நாட்களின்

நிஜத்தைத் தேடி,

நிழலைத் தேடி,

நினைவுகளைத் தேடி,

நித்திரைத் தொலைத்த

ஓர் தேடல் யாத்திரை.

24. நிழலைத் தேடும் நிஜம்

வெறுமையான வெற்று நிலங்களிலும்,
வேகமாய் ஊர்ந்து செல்லும் மேகக்கூட்டங்களிலும்,
ஜனரஞ்சகமான நகரப் போக்குவரத்து நெரிசல்களிலும்,
வளைந்து நெளிந்துப் போகும் வீதிகளிலும்,

பூக்கள் பூத்துக் குலுங்கும் பூஞ்சோலைகளிலும்,
ஆள் அரவமற்றத் தெருக்களிலும்,
சோலைக்குயில் பாட்டுப்பாடித்திரியும் பொழுதுகளிலும்,
பிழைப்பிற்காக அலையும் கூலிக்காரனாய் வழி நெடுகிலும்,

வலியுடனே வாழ்க்கை முழுவதிலும்,

எல்லையில்லா அன்பினாலும்,
சொல்ல முடியாத் துயரத்தினாலும்,
தொலைத்த இடத்தை விட்டுவிட்டு,
தொலைந்து போகாத நினைவுகளுடனே,
சாபக்கேடான நீயில்லா நாட்களுடன்,

அவ்வப்பொழுது மனதில் புயல் வீசி
நிலை குலையச் செய்தாலும்,
தேடித் தேடி தொலைந்தவளாய்,
நிழலைத் தேடும் நிஜமாய்,
தேகத்தின் சுவாசம் ஓயும் வரை,
தேடல் தொடரும் ஓயாத அலையாய்,
நிழலைத் தேடி.

25. நித்தம் உன் நினைப்போடு

மண்ணோடு மறைந்தாலும்,
மன்னவா நீ மறந்தாலும்,
உன்னோட நினைப்பினிலே,
பல மாமாங்கம் வாழ்ந்திடுவேன்.
என்னென்னமோ சொன்னாயே,
என்னை விட்டுவிட்டுச் சென்றாயே,
நித்தம் உன் நினைப்போடு,
சுடு சாம்பலாய் தான் போனேனே!

மறக்கவேமாட்டேன் என்று
உரக்கத்தான் சொன்னாயே,
என்னோட உறக்கத்தையே,
இரக்கமில்லாமல் பறித்துவிட்டு சென்றாயே!
வானமுள்ள காலம் எல்லாம்
வாழும் நம் காதல் என்று,
வாக்குறுதி பல தந்தாய்,
வாக்கரிசி போட்டுவிட்டு
காதலறுத்து சென்றாயே,
நித்தம் வரும் நினைப்பாலே,
சித்தமெல்லாம் கலங்குதய்யா,
உத்தமனா நீயிருந்தா,
உயிருள்ள நாள் மட்டிலும்,
முன்னே வந்து நின்று கொல்லாதே!
தேவதை நீ என்றாய்,
தேவலோக சுந்தரி என்றாய்,
சொன்ன சொல்லைக் கேட்டு மயங்கி,
சொக்கித்தான் நான் கிடந்தேன்.
காதல் சொர்க்க லோகம் போகுமுன்னு,
ஒரு துளியளவும் நினைக்கவில்லையே,
தினம் வரும் என் நினைப்பை,
நெஞ்சோடு அணைத்தேன் என்றாய்!
ஒரு கணம் பிரிந்தாலும்,
உயிரெல்லாம் எரியும் என்றாய்,
கொழுந்துவிட்டு எரியும் உன் நினைப்பை,
எப்போ வந்து அணைக்க போகிறாய்!
கையோடு கை கோர்த்து,
வீதி வழி நாம் நடந்த,
சேதி சொல்லி,

ஏர்வை. தி. அ. பரக்கத்து நிஷா

குத்தம் சொல்லும் ஊருசனம்.
ஊருசனத்து வாயைத்தான்,
எந்த மூடி கொண்டு மூடப்போற?
வீதியிலே விட்டுவிட்டு,
பாதியிலே போனவனே!
வந்த வழி தெரியாமல்,
நின்ற என்னை மறந்தாயோ?
சாவி தொலைந்த பூட்டாக,
நானிருக்கும் வேளையிலே,
ரசிக்க மறந்த வாசகியாய்,
கனமான உடம்புடன்,
ரணமான உயிருடனும்,
நீர்த்துப்போன சுண்ணாம்பாய்,
நாதியற்ற நிலை அறிவாயோ?
உன் பேர் சொல்லி
என்னை அழைத்தக்கணம்
நெஞ்சமெல்லாம் பூரிப்பாய்.
ஊரோரம் தோப்புக்குள்ளே,
காதோடு காது வைத்து,
கதைகள் பல பேசிக்கிட்டோம்.
காலமெல்லாம் கடந்திருச்சு,
காட்சியாவும் முடிந்திருச்சு,
கண்ணீர் உருண்டோடி,
கடலிலே கலந்திருச்சு,
கண்ட கனவு மட்டும்,
கானல் நீராய் மறைஞ்சிருச்சு.

26. முரண்

நீ உறங்கும் நேரத்தில்
நான் விழித்திருப்பதும்,
நான் உறங்கும் நேரத்தில்
நீ விழித்திருப்பதும்,
அன்பின் முரணாய்..,

27. வராத உன் வரவுக்காக

உனக்காக காத்திருந்த நாட்கள்
பாலைவன மணல் திட்டுகளாய்.
நீ வருவாய் என நம்பிக்கையில்
எனக்காகக் காத்திரு!
என்ற வார்த்தையை,
நங்கூரமாய் பற்றிக்கொண்டு,
நீ விட்டுச்சென்ற அதே இடத்தில்
உனக்காக காத்திருக்கிறேன்.

நொடிகள் நிமிடமானது,
நிமிடங்கள் மணிக்கணக்கானது,
மணிகள் நாட்கள் ஆனது,
நாட்களோ வாரங்களாய்,
வாரங்களோ மாதங்களாய்,
மாதங்களோ வருடங்களாய்,
வருடங்கள் பல நிறைவுற்ற நிலையில்
இன்னும் காத்திருக்கிறேன்.

காத்திருக்கச் சொன்னதை
நீ மறந்தாயோ? என்னவோ
காத்திருக்க நான் மறக்கவில்லை.
உருண்டோடிய கண்ணீரோ
திரண்டு உருண்டு உப்பளமாகிவிட்டது.

அங்கங்கள் எல்லாம் சுருங்கி,
முகமெல்லாம் இருண்டு,
தலை முடியெல்லாம் நரைத்து,
கண்ணெல்லாம் குழி விழுந்து,
பார்வை மங்கிய நிலையில்.

உன் குரல் கேட்கப்போகும்
திசையை நோக்கிக் காதுகளையும்,
நீ வரும் திசை பார்த்துக் கண்களையும்,
இதுவரை வராத நீ!
வந்து விடுவாய் என்ற நம்பிக்கையில்,
வீதியில் வைத்த விழி மாறாமல்.

மாறாத நேசத்துடன்,
மறையாத நினைவுகளுடன்,
நம்பிக்கை என்ற அட்சாணியை
இருக்கப் பிடித்துக்கொண்டு,
தளர்ந்துப் போன என் கரத்தைப்
பற்றிப் பிடிக்க வந்து விடுவாய் என்று நம்பி
இன்னும் இன்னும் காத்திருக்கிறேன்..,

உனக்காகவும், வருவேன் என்று
நீ உதிர்த்து விட்டுச் சென்ற வார்த்தைக்காகவும்,
கருவைச் சுமந்தத் தாயாய்,
உன் உருவை சுமந்து கொண்டு,
காத்திருக்கிறேன் வராத உன் வருகைக்காக..,

28. சுவாசத்தைத்தேடி

தேகத்தை வருடும் தென்றலோ! அவள் கூந்தல்.

தென்றலில் கலந்தச் செங்காந்தள் நறுமணமோ! அவள் சுவாசம்.

தேனீக்களின் ரீங்காரமோ! அவள் நினைவோசை.

மார்கழி மாதத்தின் கடும் பனியோ! அவள் குழைவு.

காலைக் கதிரவனின் இளங்கதிரோ! அவள் இணக்கம்.

விண்மீன் கூட்டத்தின் சிதறல்களோ! அவள் சிரிப்பு.

கனத்த இதயத்தைத் தழுவிச் செல்லும் குழலிசையோ! அவள்
குரலோசை.

என்னுள் ஆர்ப்பரிக்கும் அவளின் நினைவுகள்,

என் மூச்சுக்காற்றில் கலந்து விட்ட,

அவளது சுவாசத்தைத் தேடி அலைகின்றேன்,

கரையைத் தொட ஏங்கும் அலைகளாய்......,

29. நினைவோசை

நினைவின் ஓசைகள்

விழி வழியே

ஒரு பயணம்

முக்காலத்திற்கும் தொடரும்

நினைவலைகளுடன்..,

30. நினைவுப்பறவை

உள் சிறை வாசத்தில்,
உன்னுடைய நேசத்தை,
சுவாசிக்கும் நான்.
நெருப்பாய் உன் நினைப்பு,
ஈர நெஞ்சில் கதகதப்பை பூசுகின்றன.

உருகி உருகி விரும்பிய கணமோ,
நெருப்பு ஜுவாலையில் போட்டு,
உருக்கி உருக் குலைத்து எடுக்கிறது.
தேவைகள் என்று ஏதும் என்னிடம் இல்லை,
இருந்தும் தேடி விழைகிறேன்.

இரையைத் தேடும் பறவையாய்,
காத்திருக்கிறேன் இணையாளா!
கால தாமதம் செய்யாமல் வந்து விடு.

31. நினைவுகளைத்தேடி

ஆழ் கடலில் மூழ்கி தேடிக் கிடைக்கா முத்தோ,
ஆழ துளையிட்டு குடைந்தும் கிடைக்கா வைரமோ,
தேடித் தேடி அலைந்தும் கிடைக்கா பொக்கிஷமோ,
மாய வலையில் சிக்காத மீனோ உன் நினைவு.

32. நினைவுப்பயணம்

ஓசை இல்லா பாஷையுடன்,
உரிமையில்லா உறவுடன்,
காட்டருவிபோல் கொட்டுகின்ற
உன் நினைவலைகளுடன்,
மூச்சின் ஓசை நிற்கும் வரை,
நிழலாய் தொடரும் இந்த பயணம்
உன்னை நினைத்து..,

IV. கடந்தவைகளில் கசந்தவைகள்..,

மனதும் உடலும்,

அலுத்துக் களைத்துப் போன,

வேளைகளில் தேவைக்காக,

ஒரு தேடல் பயணம்.

மூன்றாம் பாலினத்தை ஏற்க மறுத்து,

சிறுமைப் படுத்தும் மனித இனம்.

வாசமில்லாக் காகிதப் பூவான,

முதிர்க் கன்னிகள்.

ஆணவப் படுகொலைக்கு,

ஆட்கொள்ளப்படும் இளசுகள்.

நெஞ்சை நிமிர்த்தியப் போதெல்லாம்,

வெட்டுப்பட்ட நடுத்தர வர்க்கம்.

அதிகாரமற்ற பதவியுடன்,

உணர்ச்சியற்ற ஜடமாய் சிலர்.

புரூட்டஸ் ஆகிப்போன சில தோழமைகள்,

விலையயில்லா அரிசி வாங்க,

வீதியில் நிற்கும் நிலக்கிழார்,

மாண்டு கொண்டிருக்கும் என்

தமிழன் மீண்டு வர காவேரித் தாயிடம்

ஒரு மானப் போராட்டம்.

சுயத்தை மென்றுத் தின்று,

வாழும் ஓர் மனப் போராட்டம்.

இவையெல்லாம் கடந்தவைகளில்,

கசந்தவைகள் ஆகிப்போனவை.

33. மீண்டுவா! துயர் நீக்கவா!

ஏன் பிறந்தோம் தமிழா!
வெந்துத் தொலையவா?

நம் நிலை அறிந்து மனம்
நொந்துத் திரியவா?

வம்பெதற்கு என்று நிஜத்தை
மென்று முழுங்கவா?

கரைபுரண்டோடுகின்றக் காவேரித்தாயே!
உம்மக்கள் கண்ணீரில் புரள்கிறோம்.

சிறைபட்ட உன்னை மீட்கத்தான் போராடுகிறோம்
நீ வாரா துயரில் என் தமிழன் மாண்டு கொண்டிருக்கிறான்.

பாருக்கு படி அளந்தான் பாட்டாளி மகன்,
ஐயகோ! அவன் மகனோ தூக்கிலிட்டுக்கொண்டான்.

பேரனோ விஷம் அறிந்து செத்துக்கொண்டிருக்கிறான்.
அவன் குடும்பமோ, வறுமையின் கொடுமையால் தீக்கிரையாகிறது.

இவர்கள் மாண்டது போதும் மீண்டு வா! மீண்டும் வா!
வியர்வை சிந்தும் விவசாயின் துயர் போக்க வா!

34. விலையில்லா அரிசி

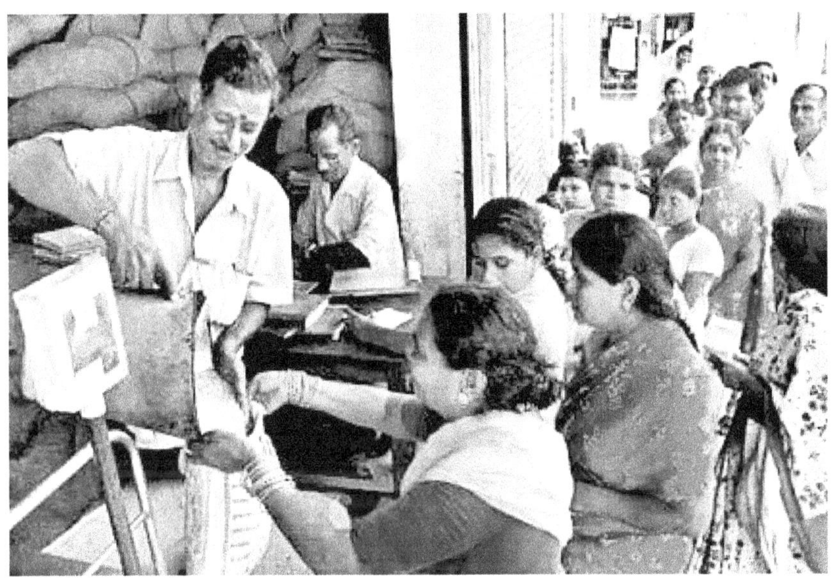

அன்று என் பாட்டன்,

முப்போகத்தில் ஒரு போகத்தைச் செய்தானாம் தானம்.

இன்று அவன் தலைமுறைகளோ!

விலையில்லா அரிசி வாங்க வீதியில்!

பொய்த்தது வானம் மட்டுமல்ல

எங்களின் விவசாய கனவுகளும் தான்!

35. வறட்டுக் கௌரவம்

பொட்டல்காடாய்க் கிடந்த
நிலத்தைப் பண்படுத்தி,
ஏர்ப்பூட்டி, ஆழ உழுது, உரமிட்டு,
அவனுக்குள் அவளுமாய்,
அவளுக்குள் அவனுமாய்,
விதைக்கப்பட்டு, துளிர்விட்டு
கோடைவெயில், கொட்டும் மழைக்காத்து,
அறுபடைக்குக் காத்திருக்கும் வேளையில்
சூறாவளிக் காற்றாய் சுழற்றியடித்து,
சாதி என்ற சிதை வளர்த்து,
வறட்டுக் கௌரவம் என்ற
கொல்லிப்பானை உடைத்து,
அந்தஸ்து என்ற தீயினால்,
அவர்களின் ஆசைகளைச் சிதைத்து,
புதைத்து விட்ட நிலையில்,
அய்யகோ மீண்டும் ஆனதடா
மனமோ தரிசு நிலமாய்...,

36. வெளிநாட்டு வாழ்க்கை

அவனுக்கென்ன சுகவாசி என்று
நா கூசாமல் ஏசும் சகவாசிகளே!
நாடு, நகரம் விட்டு, வீடும், உறவும் விட்டு,
நாடோடிகளாய், நாய் படாத பாடுபட்டு,
குடும்பம்,குட்டி மறந்து, நல்லது, கெட்டது துறந்து,
கடிதங்களிலும், தொலைபேசிகளிலுமே
இரையான இளமைகளும் சொல்லுமே,
இவர்கள் பட்ட இம்சையை..,

காய்ந்து போன வறட்டியை
வாயில் பிச்சுப்போட்டுக்கொண்டு
மூட்டைப்பூச்சிகளுடன்
மூட்டை, முடிச்சைப் போல,
நீட்டிக்கூட படுக்க இயலாமைகளும்,
ரயில் பூச்சிபோல் சுருண்டு படுத்துக்கொண்டு
கழிந்த நாட்கள் நினைத்தாலே நெஞ்சில் கிலியூட்டும்.

உழைத்துக் களைத்துப் போன,
வியர்வையின் நாற்றம்,
ஊருக்கு தெரியாமல் இருக்க,
வெளிநாட்டு வாசனை திரவியங்கள் பூசி மறைத்து,
கெட்டுப்போன சோற்றில் தண்ணீர் ஊற்றி
கரைத்து குடித்துவிட்டு,

அன்றைய அலுவலை கவனித்தது, துயரத்தின் துயரமாய்..,

குறட்டை ஒலியில்
தொலைந்து போகும் முன்சாமங்களும்,
வீடு, வாசல், மனைவி என்று
நினைத்து முடிக்கையில்
கரைந்து போகும் பின் சாமங்களும்
சொல்லிமாளாத துயரமே!

வீட்டில் இருந்து வந்த கடிதத்தின் வலியுடன்
கடந்து போன மூன்றாம் சாமங்கள் தான்
எத்தனை எத்தனை.

அலாரம் மணி ஆணி அடிப்பது போல்
மண்டைக்குள் குடைய,
அலறி அடித்துக்கொண்டு,
வராத இயற்கை உபாதையை,
வலுக்கட்டாயமாக வரவழைத்துக்கொண்டு,
கழிவறை செல்லும் வரிசையில்
காவலாளி போல் காத்துக் கிடத்தலும்,
வேலைக்கு போய்விட்டு இருப்பிடம் வருவதற்குள்
உலகப்போரின் பிரளயமாய், உலக்கையால் இடிபட்ட உரலாய் ,
உடலும், மனதும் அலுத்துக்கொள்ளுதலும்,
வேதனையின் உச்சமே!

ஊரில் பக்கத்துக்கு வீட்டுக்காரன்
பெயர் தெரியாதவன் கூட,
வெளிநாட்டில் தமிழ்நாட்டுக்காரன்
தமிழ் வாசம் கண்டால்

பாசத்தோடு ஒரு பார்வை பரிமாற்றங்களும்,
குசல விசாரிப்புகளும்.

கூட்டுக்காரன் ஊருக்கு சென்று வந்தால்
பாசத்தோடு பகிரப்படும் தின்பண்டங்களும்,
நாட்களை நாழிகைகளாக,
நகர்த்தும் வல்லமை கொண்டவைகள்.

ஒவ்வொரு நாளும் கடந்து செல்லும்,
வாரத்தின் ஒருநாள் வரும் விடுமுறைக்காக,
பாறையில் பனி ஊற்றுகளாய் அவ்வப்பொழுது
அக்கறையுடன் அனுப்பப்படும் கடிதாசுகள்,
ஓலையுடன் வரும் செய்தியை போல
தங்கையின் திருமண பத்திரிகையுடன்
வரும் குறிப்பு கடிதம்.

நாங்க பார்த்துக்கொள்கிறோம்
'நீ பணம் மட்டும் அனுப்பு போதும்'
வந்து போனால் "வீண் செலவு தானே?"
என்ற வார்த்தையை நினைத்து நொந்து,
உறக்கமில்லாமல் தவித்த நாட்கள்,
தொண்டையில் சிக்கிய கெழுத்தி மீனாய்.
நல்லது நடந்தாலும் கண்ணீர் ஆனந்தமாய்.
சோகம் என்றாலும் கண்ணீர் துயரத்துடன்..,
இது தான் இவர்கள் வாழ்க்கை...

(வெளிநாட்டு வாழ் சகோதரர்களுக்கும் குறிப்பாக என் அன்பு
சகோதரர்கள் அப்துல்லா, நாசர், அலாவுதீன் மற்றும் நேசத்திற்குரிய
கணவர் கபீர் ரஹ்மான் அவர்களுக்கும் சமர்ப்பணம்)

37. வலிப்பயணம்

காத்திருப்போர் பட்டியலில் நான்,
காசு கொடுக்கத் தவறியதால்,
எஜமான் வீட்டு விசுவாசமான நாய்க்குட்டியாய்,
வாலை ஆட்டிக்கொண்டேக் காத்திருக்கிறேன்,
அரசாங்க வேலை வேண்டி..,

படித்து வாங்கிய பட்டமோ, தகுதி சான்றிதழ்களோ,
கை கொடுக்காத விரக்தியில்,
போட்டியில் வென்றும்
தோற்றுப்போன வேதனையில்.
இரண்டு அங்குல புன்னகையால்,
துயரத்தை மறைத்துக்கொண்டு,
மீண்டும் வென்று விடவேண்டும் என்ற ஏக முனைப்பில்,
ஓடிக்கொண்டே இருக்கிறேன்,
வலிகளை மறக்கும் வண்ணம்..,

38. நட்பு வண்டி

நம்பிக்கையின்மை என்ற அட்சாணி
பூட்டப்பட்ட, நட்பு வண்டியில்
நொண்டிக் குதிரையாய்,
முண்டியடித்து செல்கிறது மனசு.
சில, பல சமயங்களில் மண்டியிட்டும் நிற்கிறது.
உணர்வுகளை மரிக்கச் செய்துவிட்டு..,

39. அரவாணி என்னும் அவதாரம்

அரவாணி என்னும் அவதாரம்
இரண்டுக்கும் இடையில் பிறந்து,
நிர்வாணத்தில் முளைத்த மூன்றாம் பாலாய்,
இனங்களாலும், மனங்களாலும்
புறக்கணிக்கப்பட்டு,
விட்டேத்தியான வாழ்க்கையைத் தேடி,
மரணிக்க மனமில்லாமல்,
இழிச் சொல்லால் துதிக்கப்பட்டு,
பழிகள் பல சுமந்து,
வலிகள் பல கடந்து,
இட்டப் பெயரை மறந்து,
பட்டபெயர்கள் சூடிக்கொண்டு,
உற்றப், பெற்ற உறவுகளால் வெறுக்கப்பட்டு,
அவமானச் சுவடை ஏந்தி,
அவனியில் அவலமாக,
அரிதாரம் பூசிய அவதாரமாய்.

40. ஒடுக்கப்பட்டச் சமுதாயத்தின் ஓலக்குரல்

விதியை மதியால் வெல்ல முடியுமாம்,
சதியை யாரால் வெல்ல முடியும்?
ஆண்டான் வர்க்கத்துக்கு
இந்த ஆண்டவனே அடிமைதானோ?
மேல் ஜாதி, கீழ் ஜாதி என்ற இனமாய்,
பணக்காரன், ஏழை என்ற வர்க்கமாய்,
கருப்பு, வெள்ளை என்ற வர்ணமாய் பிரித்தாய்.
மண்ணிலிருந்து, விண்வரை
தனியாருக்குத் தாரை வார்த்தாய்.
மனங்களை, மதத்தின் பெயரால் கூறு போட்டாய்.
தங்கச் சாலைப் போட
மரஞ்செடிகளை வெட்டிக்குவித்தாய்.
சரக்கு வண்டி வந்துப் போக,

சந்ததிகளைச் சர்வ நாசம் செய்தாய்.
ஜனங்கள் அழிக்கப்பட்ட வரலாறு மட்டுமின்றி,
இனங்கள் ஒழிக்கப்பட்ட, வரலாறும் மறைக்கப்பட்டு,
ஒடுக்கப்பட்டச் சமுதாயங்களின் மீது,
திணிக்கப்பட்டச் சட்டங்களும்,
மறுக்கப்பட்ட நீதிகளும்,
சமூகச் சீரழிவைத் தடுக்கவேண்டியக்
கண்களும் கரங்களும் கட்டப்பட்டுவிட்டதோ?
ஒடுக்கப்பட்டச் சமுதாயத்தின் ஓலக்குரல்
ஓயும் காலம் எப்போதோ?
காலதேவனின் தீர்ப்பு வேண்டி காத்திருக்கிறோம்,
கண்களில் குருதியுடன்..,

41. முற்றிய முதிர்க்கன்னியாய்..,

ஆழி சூழ் அவனியிலே,
துணையைத் தேடித் தனிமையிலே,
உதிர்ந்தது இலைகள் மட்டுமல்ல,
என் இளமையும் தான்.

இளமைக்கு இலையுதிர்காலமோ,
கலைந்ததுக் கோலம் மட்டுமல்ல,
என் கனவுகளும் தான்.
முற்றிய முருங்கைப்பட்டையாய்
காய்ந்து சருகாய்.
மணமில்லாக் காகிதப்பூவாய்,
வண்டு தீண்டக் காத்திருக்கும் என்னை,
அவ்வப்போது சில வெட்டுக்கிளிகள்
சேதப்படுத்தத் துடிக்கின்றன.

பூப்பெய்தி வருஷம் பல ஆச்சு,
கண்ணுத் தெரியாத அம்மைக்கும்,
காலில்லா அப்பனுக்கும் வேண்டி,
காலத்தை ஓட்டிப்புட்டேன்.

கஞ்சிக்கு வழியுமில்லை,
கைக்கூலிக் கொடுக்க மனமும் இல்லை,
கட்டிக்கிற எவனும் இல்லை,
வயசு நாட்பதாச்சு,
நாடி நரம்பும் தளர்ந்தாச்சு.

வம்சம் தழைக்க வழியுமில்லை,
எனக்காகக் வாழ்க்கையைக் கொடுக்கும்,
உனக்காகக் காத்திருக்கிறேன்.

வனப்பான வார்த்தைகள் என்னிடமில்லை,
நீ எனக்கு வாழ்க்கைத் தந்தாயெனில்
மேளதாளங்கள் இசைக்க,
இடி மின்னலையும்,
அட்சதைத் தூவி ஆசிர்வதிக்க
மழைமேகத்தையும்,
அழைத்து வருவேன்.
அன்பின் காணிக்கையாக,
நீ நடந்து வரும் பாதையில் பூக்களால்,
அர்ச்சனை செய்ய முடியாவிட்டாலும்,
முட்கள் இல்லாமல் பார்த்துக்கொள்வேன்.

தலையணை சுகம் வேண்டாம் தலைவா!
என் தனிமைத் துயரைப் போக்க வந்து விடு
நிர்பந்தங்கள் என்று ஏதும் இல்லை.
ஆயுசு முழுக்க உன்னை
என் மனதில் சுமந்துக் கொண்டு
சென்று விடுகிறேன்
சுமங்கலியாக...

42. நில நடுக்க அரக்கனே !

பாலமாய் பிளந்து,

பிஞ்சுகளை விழுங்கிய,

கொடூர நிலநடுக்க அரக்கனே !

கூக்குரலில் உன் இதயம்

கலங்கவில்லையா ?

உதிர்த்த நாளே,

உதிர்ந்த குழந்தையும்.

கருவை சுமந்த தாயும்,

சிசுவை ஈன்றெடுத்த அன்னையும்,

தம்பியை காப்பாற்றி மடிந்த சகோதரியும்,

மனைவி குழந்தைகளைத்

தேடித் தேடி பரிதவித்த தந்தையும்,

செய்வதறியாது திகைத்த

முதிர்ந்த தாய், தந்தையரும்

செய்த பாவம் தான் என்ன?

உடைந்த கட்டிடங்களுக்கிடையே

சிதைந்த உடல்களை பார்த்து

இடிபாடுகளுக்கிடையில் உறுப்புகளை இழந்து

துடி துடித்த வேதனை உணர்வாயா ?

கதறிய உறவுகளின் வலியை அறிவாயோ ?

நில நடுக்க அரக்கா!

எங்கள் குலை நடுங்குவதை உணர்வாயா?

43. அன்பு அமேசான் காடுகளே!

அழகின் அழகியே!
தன்னலமில்லா தாயே!
உன் மூச்சை வாரி வழங்கிய வள்ளலே!
உயிர்களுக்கு அடைக்கலம் கொடுத்த இன்னுயிரே!

உலகத்தின் சுவாசமே!
எறிந்த காடுகளால்
சிதைந்தது உன் கோலம்.
உருக்குலைந்த உன் நுரையீரலைக்
கண்டு உடைந்து போனேன்.
கருகிய உன் கோலம் கண்டு
உருகி நான் போனேனே!

மர்மம் அறியேன்?
திடீரென கொழுந்துவிட்டு எறிந்த
தீயின் பிறப்பிடம் எது என்று ?
கூட்டைத் தொலைத்த பறவையாய்,
திக்கு தெரியாமல் விழித்த காட்டுவாசிகள்.
கரிக்கட்டையாய் கிடந்த விலங்கினங்கள்,
துடி, துடித்து இறந்தப் பறவைக் கூட்டங்கள்,
இவர்களெல்லாம் சொல்ல வந்த சேதி தான் என்ன ?
நமக்கு கூறிச் சென்றப் பாடம் தான் என்ன ?

44. "வாழ்க்கைப்" பத்திரம்

மூடர்களே! உங்கள் பிள்ளைகளை
முச்சந்தியில் நடக்க விட்டு
அலசி ஆராயுங்கள், அவள் நல்லவளா?
மானங்கெட்டவளா? என்று
உங்கள் மனைவிமார்களை வீதியில்
நடக்கவிட்டு அவர்கள் முந்தானை
விரித்த கதையை ஊரறிய விமர்சியுங்கள்.

அடுத்தவன் அழுக்கு மூட்டையை ஆராயாமல்
ஓ மூடா! உனக்கு நன்கு பரிட்சயமான
உன் உள் நாற்றத்தை ஆய்வு செய்து பார்!
எண்ணிலடங்கா சாக்கடை மூட்டைகளை
உன்னில் வைத்துக்கொண்டு, ஊர் புரணி பேசி
அடுத்தவன் குடும்பத்தின் உலைக்கு விலை பேசுகிறாயே?

வந்தும் போகும் உலகில் வம்பெதற்கு என்று
வலிகளை மெல்ல மென்று தின்று செல்கிறோம்.
ஐம்புலன்களை அடக்கி ஆழ பழகிக்கொள்,
வெறும் வாய்க்கு அடுத்தவன் வீட்டு அவளை/
அவலை தேடுவதை விட்டு விடு,
இப்போதெல்லாம் தெய்வம் நின்று
கொல்வதில்லையாம்,
அன்றே கொள்கிறதாம்,
"வாழ்க்கை" பத்திரம்

45. நச்சு வார்த்தைகள்

தாளித்தக் கடுகாய்,
சிதறித் தெளித்த,
நச்சு வார்த்தைகள்.
சேமிப்புக் கிடங்கில்,
சேகரித்த தானியக்,
குவியலாய் பாதுகாப்பாய்..,

நெஞ்சில் தைத்த முள் வார்த்தைகளை
பொறுத்துக்கொண்டு.
முள்ளில் விழுந்த சேலையாய்
கிழிசல் விழுந்தாலும்,
தைத்துக்கொண்டு.

உறவுகளை வெறுக்க முடியாமல்
சில நாளே வாழும், வேடிக்கை வாழ்க்கைக்காக,
கடிந்து கொள்ளாமல் கடந்து செல்கின்றேன்.

46. எச்சரிக்கை!

அச்சில் ஊற்றி வார்க்கும்
மெழுகு பொம்மைகளா?
கல்லில் வடிப்பதற்கு நாங்கள் என்ன
சிலைகளா?
எதெற்கெடுத்தாலும் தலையை,
தலையை ஆட்டுவதற்கு
பூம் பூம் மாடுகளா?

உடைத்தெறிவதற்கு நாங்கள் என்ன
கண்ணாடித் துண்டுகளா?
சிரித்துக்கொண்டே இருப்பதற்கு
சிரிப்பு தேவதைகளா?
அடைப்பட்டுக்கொண்டு இருக்க
சிறைப்பறவைகளா ?

நீங்கள் கடைந்தெறிய நாங்கள் என்ன
கிள்ளுக்கீரைகளா ?
விரித்த வலையில் விழுவதற்கு
பெண்கள் என்ன மீன்களா?
பிஞ்சுகளை வேட்டையாடும்
பிணம் தின்னி கழுகுகளா?

உங்களை சுமக்கும் எங்களை வடிப்பதற்கு
நீங்களெல்லாம் யார்?
இயற்கையின் படைப்பில்
நீ ஆண்! நான் பெண்! அவ்வளவேயன்றி
வேறெந்த மாற்றமும் எங்களுக்குள் இல்லை.

உதிரம் ஒன்று தான் உயிர் ஒன்று தான்
மனம் ஒன்று தான் பிறகு ஏன்?
உன் குணம் மட்டும் ஏன் பாழ்பட்டுப்போய்
எங்களை அடக்கி ஆழ நினைக்கிறது.

சீரழிக்க நினைக்காதே
சிதைந்து விடுவாய்.
உன் வீட்டு பெண்டிர்க்கு
ஒரு நியாயம்
அடுத்த வீட்டு பெண்டிர்க்கு
ஒரு நியாயமா ?

நெஞ்சாங்கூட்டில் வைத்து அடைகாத்து
அனுப்பும் குடும்பத்தின் வலியை உணர்வாயா?
பெண்களை(எங்களை)

சுதந்திரமாக வளர்க்க, வளர விடுங்கள்.

எச்சரிக்கை! நாளை உன் வீட்டு தேவதைகள்
இதே வீதியில் உலா வரக்கூடும்
உன்னைப் போன்ற கயவர்களும் கூடத்தான்..
அவர்கள் உன் பிஞ்சுகளை கசக்கி எறியக்கூடும்.

47. நேர்மைக்குக் கிடைத்தப் பரிசு

நேர் நிமிர்ந்த மரம் தான்
முதலில் வெட்டப்படுமோ?
நெஞ்சம் நிமிர்ந்து நின்று
முதலில் வெட்டப்பட்டு, பட்டமரமாகி
அவ்வப்போது தூவப்படும் கணுசரனை மழையால்
சிறிது துளிர் விட்ட நிலையில்
மீண்டும் வேரறுக்கப்படுமோ என்ற பீதியில்
போராட திராணியற்று
கண்ணிருந்தும் குருடனாய் ,
செவியிருந்தும் செவிடனாய் ,
வாயிருந்தும் ஊமையாய்,
ஊரார் கைப்பாவையாய் ,
சூழ்ச்சிக்காரர்களும், சுயநலக்காரர்களும்,
நய வஞ்சகக்காரர்களும் புடை சூழ,
தீமையென்றறிந்து விலகினாலும்
நச்சுப் பாம்புகளின் நஞ்சின் உஷ்ணம் தாங்காது,
விடாதக் கருப்பாய் நிழல் போலத்
தொடர்ந்து வந்துத் துரத்துகிறது.
நித்தம் நித்தம் நெருப்பினில் வெந்தாலும்,
ஒடிக்கப்பட்டச் சிறகுகளை,
விரித்துப் பறக்கும் முயற்சியில் நான்.,

48. 'மறு'மலர்ச்சி வேண்டி

பூக்களைத் தீயால் தீண்டுபவர்களே!

கவனமாக இருங்கள்!

உங்கள் வீட்டுத் தோட்டத்திலும்

பூக்கள் மலர்ந்து கொண்டு தான் இருக்கின்றன.

மழை, வெயில், புயல் தாக்கினாலும்

மறுநாள் மறுபிறவி எடுத்து

மலர்ச்சியாய் வந்தாலும்

ஒவ்வொரு நாளும் வார்த்தைக(ல்)லை

எரிந்து கொண்டுதான் இருக்கிறார்கள்.

விழுவது ஒன்றும் புதிதில்லை என்றாலும்

என் மகிழ்ச்சிக்காக காத்திருக்கும்

என் பிஞ்சுக் குழந்தைகளின்

முக மலர்ச்சிக்காக

மீண்டும் மீண்டும் மீளமுயன்று

தோற்றுப் போய்

குழம்பிய குட்டையில்,

குழப்பத்தோடு மீன் பிடிக்கும்,

மீனவனாய் குழம்பிப்போய்.

அவர்களின் எதிர்காலம் சிறக்க

எதை ஊற்றி வளர்ப்பது?

அவர்களுக்கு வீரம் என்ற சுடுநீர்

தெளிப்பதா?

கோழையாய் இரு

என்று குளிர் நீர் ஊற்றுவதா?

நீரே ஊற்றாது ஜடமாகச் செய்வதா?
செய்வதறியாத திகைப்பில்.
ஒருநாள் புயல் வீசும் திசை மாறும்
அது தரும் வலி அப்போது தான்
அவர்களுக்கே புரியும்
என்ற நம்பிக்கையில் நான்..,

மறு'மலர்ச்சி வேண்டி,
தீர்ப்பு நாளை நோக்கி காத்திருக்கிறேன்,
இறையோனை நோக்கி இருகைகள் ஏந்தி.

49. நாவினால் சுட்ட வடுக்கள்

அன்பிலா நெஞ்சமே!
வம்பிற்கா இவ்வுலகில் பஞ்சமோ!
பிறர் தேவை முற்றிலும் அறிந்தவளாய்
கேட்கும் முன்னே கொடுத்து,
செய்து பழகியவள் என்பதால்
எதையும் எதிர்பார்த்திடாது
செய்த நற்செயலுக்காக
தண்டனை கைதியைப் போல்
விசாரணை, வேதனையின் உச்சம்.

ஒவ்வொரு முறையும் உணர்விழந்து
நிர்வாணமாக்கப்பட்ட கோழியைப் போல்
சுயத்தை இழந்து புழுவாய்த் துடிக்கிறேன்.
என்னிடமே கேட்டுக்கொள்கிறேன்
செய்த துரோகம் தான் என்ன என்று?
உன் கேள்வியே எனக்கு பதிலாய்.

நான் கேட்டேனா? என்று
ஆறாத புண்ணில் துளைத்த
அம்புகளாய் உன் வார்த்தைகள்
தடவி பார்த்துக்கொண்டேன்.

நீ குத்திய அதே இடத்தில்,
சத்தம் இல்லாமல்,

இரத்தம் வராமல்,
ஏற்கனவே குத்தப்பட்ட,
காயங்களின் வடுக்கள் ஆங்காங்கே,
கடந்தவைகளை நினைத்து,
கலங்கவில்லை காத்திருக்கிறேன்.

இதுவும் கடந்து, மறந்து போகுமென
காலதேவனின் தீர்ப்பை எதிர்நோக்கி..
இனி என்னை கடக்கப் போவைகளுக்காக!

50. சுட்டெரிக்க வா! பாரதியே!

மகளிர் தினக் கொண்டாட்டத்தில்

ஆணின் அடாவடி நடவடிக்கை,

சிலப் பெண்களின் உறுதுணையுடன்

ஆணுக்குப் பெண் சமமென்று கும்மியடிக்கச் சொன்ன

பாட்டன் பாரதியே! எங்கேச் சென்றாய்?

கனல் வார்த்தைகளால் சுட்டெரிக்க விரைந்து வா!

பாரதியே! அவனுக்கு ஆண் என்ற கர்வமா?

இல்லை நான் என்ற அகங்காரமா?

வதந்தியைப் பரப்புகின்றனர் நம்பினர் மூடர்,

தவறாய் சித்தரித்தனர்,

சீர் இல்லாமல் சிரித்தனர்,

அநாகரிகமாய் நடந்து கொண்டனர்,

நாணமில்லாமல் நகைத்தனர்,

பசப்பு வார்த்தைகளையும், பாசாங்கு நாடகங்களையும்

தோலுரிக்க வந்துவிடு பாரதியே!

இன்னொரு அந்நியனாய்!.

51. காலம் மட்டுமே பதிலாய்..,

உன் நிலை அறிந்தவர் எவரும் இலர்

அன்னை தந்தையைத் தவிர

ஆறுதல் தேடி செல்லாதே

அவமானம் அடைவாய்.

உறவென்று நினைத்து உணர்வை இழக்காதே!

உள்ளத்தில் உள்ளதெல்லாம் கூறாதே,

இருபக்க கூர்மையான ஈட்டியாய்

உன்னை நோக்கியே பாயும்.

கண்ணான மனிதர் என்று எவரும் இல்லை,

கண்ணீர் துடைக்கும் கரங்களே,

காயங்களும் தரக்கூடும்.

அன்பைத் தேடி ஓடாதே,

பயனற்ற இடத்தில் அன்பை பகிராதே,

இன்று வேண்டியவை, நாளை வேண்டாதவை.

எதுவும் நிரந்திரமில்லை,

எவரும் நிரந்தர உறவில்லை.

கடும் உறவு கண்ணுக்கு கெடுதி,

கவனமாய் இருந்து விட்டுச் செல்.

வலியென்றால் அழுது விடு!

மனதை போட்டு அலுத்தாதே!

கவலை கொண்டு கலங்காதே!

கடந்தவையும், கடப்பவையும் நன்மைக்கே!

காலம் மட்டுமே பதிலாய்..,

V. இரத்தப்பந்தத்தின் வாசனை

தரணியில் நோயற்று வாழ்ந்து

உறவுகளை நேசத்தால் ஆள,

அன்பு மகனுக்கும் மகளுக்கும்

செல்லமாய் ஒரு அறிவுரைத் தாலாட்டு.

தொப்புள் கொடி அருந்தாலும்

அழிந்திடா நினைவுகளைத் தந்த,

அன்னை, தந்தைக்கு

ஒரு நினைவுத் தாலாட்டு.

காணும் இடமெல்லாம் காட்சியாய் நிறைந்து

வலிகளை தந்து விட்டு நிரந்தர உறக்கத்திற்கு

சென்று விட்ட சகோதரிக்கும் சகோதரருக்கும்

ஒரு இறுதி தாலாட்டு.

பூமியில் வாழும் நாள் வரை

ரத்தபந்தத்தின் வாசனையுடன்

பாசப் பூந்தோட்டத்தில்

உலா வரும் உறவுகளுக்கு

ஒரு உரிமைத் தாலாட்டு.

52. அன்பு மகனுக்கு

அன்பு மகனுக்கு
ஆசையில் ஒர் மடல்.

அன்னையையும், தந்தையையும்
அளவாய்க்குலைத்து வடித்த அழகு செல்லமே!

அவ்வப்போது அக்காளின் கண்டிப்பையும்,
அண்ணன்களின் அரவணைப்பையும்,
சேர்த்துக் கொடுக்கும் செல்லமுத்தே!

உடைந்து போகின்ற நேரங்களில்
சிதறி விழும் கண்ணீருக்கு முன்
பதறி துடைக்கும் அன்புத் தாயே!

ஜான் பிள்ளையானாலும்
நீ என் அன்புத் தொல்லையே!

சில வரிகளில் வடித்துவிட முடியாது,
உன் வானளாவிய அக்கறைக் கொண்டப் பாசம்.
இறைவனிடம் இறைஞ்சுகிறேன்
உன் இனிய குணநலம் காக்க.

53. கன்னியின் கனவு மகளே!

ஐந்து வயதிலேயே அடுப்படி அனுப்பமாட்டேனடி அன்பு மகளே!

ஊதுகுழாய் பிடிக்கின்றக் கையாலே

உலகை ஆளும் உரம் தருவேன்.

நுரைத்துப் போன நுரையீரல் என்னோடு போகட்டும்

கள்ளிப்பால் தரமாட்டேனடி கண்மணியே

வீரப்பால் தருவேனடி வீரமகளே!

வீணர்களும், மூடர்களும் உன்னைச் சூழ்ந்தால்

காற்சிலம்பு தனை கலைந்து, கைச் சிலம்பு கையிலெடு

வீதி வழி நீ நடந்தால் பாதை வழி பார்த்து காத்திறேன்

நல்லதென்றும் தீயதென்றும் சொல்லி தந்து வளர்ப்பேனடி

தரணியிலே நீ வாழத் தற்காப்புக்கலை

பயிற்றுவிப்பேன் செல்வமகளே!

சதி ஏது! விதி ஏது! என எடுத்துரைப்பேன் என்னவளே!
மதி தனை நீ மதித்தால்
விதி தனை இலகுவாய் வென்றிடலாம்
அன்பிற்கும், வம்பிற்கும் அர்த்தம் விளங்கிக்கொள்
மண்ணைப் பார்த்து நடக்கும் வயதில்
விண்ணை நேசிக்கப் பழகிக்கொள்.
கண்ணில் காணும் காட்சியெல்லாம் கானல் நீர்போல,
கனநொடியில் கரைந்து போகும்.

மனசுக்குள் பட்டாம்பூச்சி பறந்தால்
இறக்கையை விரித்து சற்று தூரம் பறந்துபார்
இதயம் லேசாவதோடு
அதை தாண்டி ஒரு இலட்சிய உலகம்
இருப்பதை அறிவாய்.,

பணிவுக்கும், துணிவுக்கும் வித்தியாசம் கற்றுக்கொள்
விவேகத்துடன் கூடிய வேகத்துடன் நடந்துகொள்
அன்றே செய்திடு! அதையும் நன்றாய் செய்திடு !
நட்பில் பேதம் பார்க்காதே,
ஆனால் கூடாநட்போ? கேடாய் முடியும் புரிந்து நட,
அது உன்னை மட்டுமல்ல
வாழ்க்கையின் போக்கையே மாற்றிவிடும்.

எல்லோரையும் நேசி,
யாரையும் முழுமையாய் நம்பிவிடாதே
முருங்கை மரத்திற்கு சேலைச் சுற்றினாலும்
பின்னால் செல்லும் சில
கயவர்களிடம் மிகுந்த கவனமுடன் இரு!

ஏழைகளிடம் இரக்கம் கொள்,
கோழைகளிடமிருந்து விலகிச்செல்,
வலியவனிடம் துணிந்து நில்,
எளியவனிடம் கனிவுக்கொள்,
பெரியவர்களை மதித்து நட,
ஆணவம் கொண்டவர்களை மிதித்துக் கட.
வாசிப்பை நேசி! கைப்பேசியில் பேச யோசி!
தீமையிலும் நன்மையைத் தேடு!
இலக்கை நோக்கி ஓடு!
உறவுகள் புனிதமானது, உணர்ந்துக்கொண்டால்
அன்பையே ஆளும், அரசி நீயாவாய்!

உரிமையை மறுக்காதே! கடமையைத் தவிர்க்காதே!
சினம் தந்திடுமே ஆறாத ரணம்.
மறவாதே மணிமுத்தே!
பேச்சில் கவர்சியில்லா,
கனிவுக் கொண்டிரு!

அன்பு மகளே! சுய நலமுடன் வாழ்வதற்கு
துளியும் ஆசைப்படாதே!
தர்மம் செய், அது தலையை மட்டுமல்ல
நம் தலைமுறையையும் காக்கும்.
ஆண்டவன் அருளால் உன் செம்பாதம்
பூமி தொடத் தூயவனை வேண்டி,
விடைபெறுகிறேன் கண்மணியே!

54. செல்லக்குழந்தை

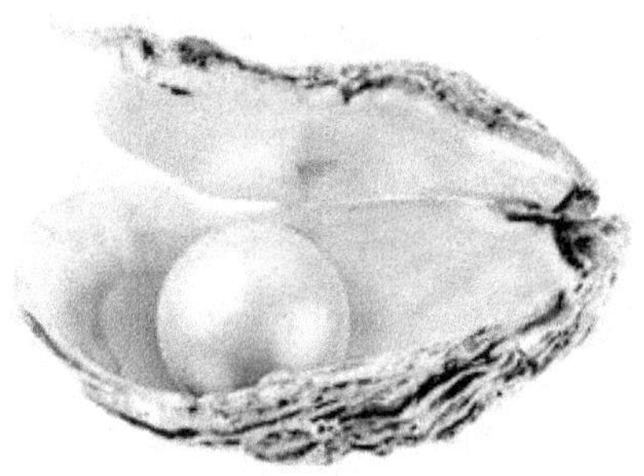

இரு இரத்த துளிகளின் சங்கமத்தால்
உருவான பவளமுத்து.

55. மறக்க நினைத்திலேன் நினையே!

நீ உடுத்திப் போட்ட ஆடையின்
வாசனையின் எச்சம்,
நாசித்துவாரங்களில் படர்ந்து,
நினைவுகளாய் தேங்கி,
என் நெஞ்சைத் தாக்குகிறது.

மாண்டவர் மீள்வதில்லை
என நன்கறிந்திருந்தும்
மீளா நினைவுகளிலிருந்து,
மீள மாட்டாமல்
தாளாது புலம்பும்,
என்னை மீட்க வருவாயோ தாயே?

56. தாயுமானவரே

ஏழு சுவரங்களை ஈன்றெடுத்தத் தாய்
மண்ணறை சென்ற பின்
எட்டாவது சுவரமாய்
இன்னொரு தாயாய் அவதரித்தீர்.

என் இதய சிம்மாசனத்தின்
என்றென்றும் முடிசூடா அரசனாய்,
அன்பையும், கண்டிப்பையும் சேர்த்து
கணுசரனையுடன் எங்களை வளர்த்தீர்.

கண்களில் சுமப்பதினால் என்னவோ
அடிக்கடி என்னை கலங்க வைத்துவிடுகிறீர்,
வலிமையான கரம் பிடித்துக்கொண்டு
வலிகள் இல்லா வழிப்பயணத்தில்
கதைகளைக் கேட்ட வண்ணம் ஒரு பயணம்.

சிறகை விரித்து பறக்கத் துடிக்கும்,
தேன்சிட்டாய், மனம் துள்ளி குதித்து
நர்த்தனம் ஆடிய பொழுதுகள்
நீங்கா நினைவுகளாய், நிழலாய்
தொடர்ந்து வந்து என்னுள்

ஆளுமை செய்கின்றது.

என் முகவாடலில்
உம் மனவாடலை கண்டேன்.
என் முக குறிப்பறிந்து,
என் மனநிலையை புரிந்து தேற்றும் உன்னதர் நீர்.
நான் நேசித்த முதலும்,
கடைசியுமான ஆணும் நீர் தான்
என்னை நன்கறிந்த முதல் நபரும்,
கடைசி நபரும் நீர் தான்.

என் வெற்றிப் பயணத்தின்
முதல் வெற்றியில்
மூச்சுவிடாமல் நான் கூறிய விடயங்களை
இடை நிறுத்தாமல்
புண் முறுவலோடு கேட்டு ரசித்தீர்.

வானொலி பெட்டியை நீர் திருகி, திருகி
அழகாய், அலைவரிசையை மீட்டெடுப்பீர்
செய்திதாளில் அறிவுசார் விடயங்களை
கோடிட்டு காட்டுவீர்.
ஆளுமையின் அவசியத்தை
அழகாக விவரித்தீர்.

நோயுற்ற தருணங்களில்

மருத்துவச்சியாய் அவதரித்தீர்.
என் எல்லா தொந்தரவுகளையும்
சுகமாக தாங்குநீர்.
இன்னல்கள் சூளாமல் எமை
சூர்பையாய் காத்தீர்.
அக்கணங்களில்
என் தாயை கண்டேன்
உமது கண்களில்.

தாயுமானவரே!
உமை பிரிந்த அந்த நொடி தான்
என்னுள் வாழ்ந்து கொண்டிருந்த சிறுமியின்
அத்தியாயம் முடிவுற்ற கணமும் கூட
ஆற்றவும், தேற்றவும் முடியாத,
துயர நொடியும் அது தான்.

என்றென்றும் மறவா நினைவுகளை
தந்து சென்ற உம்மை
எமது ஞாபகப்பெட்டகத்தில்
வைத்து பாதுகாத்து வருகின்றேன்.

57. கண்ணீருடன் நான்..,

சீர் சுமந்த அண்ணனே

சீரற்று கிடக்கும் எம்மை சுமக்க வருவாயோ?

உதிரிப் பூவாய் உதிர்ந்து போனாயே!

உறவை மறந்து இறந்து போனாயே!

காலத்தின் தீர்ப்போ இல்லை

கடவுளின் தீர்ப்போ!

தீர்க்கப்படாத கணக்குகளை

தீர்க்க மீண்டும் வருவாயோ?

சொல்ல வந்த வார்த்தை தனை

சொல்ல மறந்து போனாயோ?

என்ன சொல்லி தேற்றினாலும்

என் மனம் ஏற்க மறுக்கிறதே,

கதறி அழுகிறேன், பதறி துடிக்கிறேன்.

கண்ணீர் துடைக்கும் உம் கரங்கள் எங்கே?

காணும் இடமில்லாம் நிறைந்தாயே!

கானல் நீராய் ஏன் தான் போனாயோ?

கடவுளிடம் பிச்சை கேட்டேன்

கண்டிப்பாய் நீ வேண்டும் என்று,

கண்ணீருடன் நான்..,

58. அண்ணா உன் ஞாபகம்

இற்றுப் போன கந்தல் துணியாய்,

இறந்து போகுது என் மனது.

என்ன சொல்லி தேற்றினாலும்,

ஏனோ ஏற்க மறுக்கிறது.

புத்தாடை வாங்கப்போனா.

அண்ணா உன் ஞாபகம் தான்..,

தங்கச்சி எடுத்த துணிய

சந்தோசமா போடுவீங்க!

மீனோ கறியோ குழம்பு வச்சா

வேலை இருப்பதா பொய் சொல்லி

வீட்டுக்கு வர வைப்பேன்.

என்ன சொல்லி கூப்பிட்டா

உடனே ஓடி வருவீங்க?

அண்ணா உங்க தங்கச்சி நீங்க இல்லாமல் அழுகிறேனே

அண்ணா உடனே ஓடி வருவீங்களா?

59. இறுதி வார்த்தை

தீயின் நாவாய்க்கு இரையான
சகோதரியின் இறுதி வார்த்தை
வாழ்விற்கும், சாவிற்குமானப் போராட்டத்தில்
போராடும் போராளியாய் நான்.

யோசிக்கவில்லை ஒரு நொடி கூட சாவதற்கு,
அய்யகோ! யோசிக்கிறேன் இக்கோரமுகத்துடன்
மீண்டும் இப்பூவுலகில் வாழ்வதற்கு.
எனக்கென்று யாருமேயில்லை என்று
அவ்வப்பொழுது இன்னலுற்று இருந்தேன்.
இன்னல் வந்தவுடன் தான் தெரிந்தது,
கண்ணீருடன் வந்த உறவுகள் அனைவருமே,
என் உறவுகள் என்றறிகையில் இன்புறுகிறேன்.

காலம் தாழ்த்தி உணர்ந்துப் பயனில்லை,
காலத்திலே உணர்ந்தால்
வாழ்க்கையைப் பற்றிய பயமில்லை.
விடை அறியாத விடுகதையான,
மர்ம வாழ்வின் முடிச்சுகளிலிருந்து,
விடைபெற்றாய் விழிநீர் கோர்த்து விருப்பமில்லாமல்..,

உன் கருகியக் கைகளால்
உருகிய இதயத்துடன்
ஆறாத ரணங்களுடன் எனை ஆரத்தழுவியபடி..,

60. இலையுதிர்க் காலம்

அன்புத் தம்பி செபா! ரோஜாபூக்களின் குவியலுடன் கிடத்தப்பட்டிருந்த
உன் மரண ஊர்வலத்தில் கவலையும் கண்ணீருமாய் நாங்கள்.
ஒராயிரம் உறவுகளின் கதறல் ஊரையே உலுக்கிப்போட்டது.
குலை நடுங்கும் செய்தி கேட்டு,
உலை வைக்கக் கூட மனமில்லாமல் அக்கம் பக்கத்து வீடுகள்.,

அடிக்கொரு தரம் தொலைபேசியில் அழைப்பு விடுப்பாய்,
அன்றும் என்றும் போல் அழைத்திருந்தாய்,
நான் ஏனோ அன்று அதீத களைப்பிலிருந்தேன்
உன் குரல் கேட்டதும் அனைத்தும்
மறந்து கதைத்துக் கொண்டிருந்தேன்.
பல மணித்தியாலங்கள் உரையாடினாய்,
கவலையடைவேன் என்பதால் கஷ்டங்களை,
கடுகளவும் என்னிடம் கூறமாட்டாய்.

டெலிபோன் மணிபோல் ஒரு சிரிப்பும் சிரித்து வைத்தாய்,
அக்கா உன்னுடன் பேசும் போது
ஏனோ எதார்த்தத்தை உணர்கிறேன் என்பாய்,
மனக்கவலை மறந்துவிடும் என்றாய்,
இவையெல்லாம் கடைசியாய்,
நீ கூறி நான் கேட்ட வார்த்தை,,,,

கடைவாய்ப்பல் தெரிய,
கடைசியாய் நீ சிரித்தச் சிரிப்போ!

என்றென்றும் எதிரொலியாய் ஒலிக்கிறது
நினைத்தால் நெஞ்செல்லாம் வலிக்கிறது.
வெளிநாட்டிலிருந்து வந்து சேர்ந்தாய்,
சந்தன பேழையில் சந்தன நிறத்தில் சவப்பெட்டியிலே,
தேடினேன் அந்த கடைசி நொடி புன்னகையை.

கண்களில் ஒரு சொட்டு நீர் உறைந்திருந்தது,
ஏனோ அன்று பூக்கள் கூட சிரிக்க மறந்திருந்தது.
ஆயிரம் கனவுகளுடன் நீ சென்றாய் வெளிநாடு,
விதி உன் வாழ்க்கை எனும் அழகிய கோலத்தை
ஏனோ அலங்கோலமாய் ஆக்கி விட்டுச் சென்றிருந்தது.

மரணம் அனைவருக்கும் வரும் தான் ஆனால் நீயோ!
இலையுதிர்காலத்துக்கு முன்
உதிர்ந்த இலையாய் மடிந்து விட்டாய்.
ஆற்றவும் தேற்றவும் முடியாத் துயரத்துடன்,
அவ்வப்பொழுது வரும் உன் நினைவின் சாட்சியாய்,
இரு விழிகளின் ஓரம் துளிர்விடும் செந்நீருடன் நாங்கள்.

தம்பி காத்திரு! இலையுதிர்காலத்தை நெருங்கிவிட்டோம்
அழகான, அன்பான உறவு கூட்டில் மீண்டும் இணைவோம்
அக்கா தம்பியாய்., என்றென்றும் உறவுப்பூக்களாய்,
தொடர்வோம் நம் உறவை விண்ணுலகிலும்.

61. திருவிழா வீதியிலே

புத்தாடை அணிந்து குதூகலமாய்,
தந்தையின் விரல் பிடித்து,
திருவிழா வீதியிலேப் பெருமிதமாய்,
நடந்து சென்றோம் நகர்வலமாய்.
வீதியின் இரு பக்கங்களிலும் கடைவீதிகள்,
போர் வீரர்களின் அணிவகுப்பாய்.

குட்டைப் பாவாடை உடுத்தி,
முட்டைக்கண்களை உருட்டி உருட்டி,
குட்டி நண்டைப்போல,
கூட்டத்தில் எட்டி எட்டிப்பார்த்து,
காட்சிகளைக் கண்களை விரித்து
ரசித்தவண்ணமாய்..,

இராட்சச இராட்டினங்களோ பிரமாண்டமாய்,
வயிற்றில் கிலியூட்டும் மரணக்கிணறு,
சாகச நடனங்கள், கேளிக்கைக் காட்சிகள்,
வான வேடிக்கைகள், சர்க்கஸ் நிகழ்ச்சிகள்,
குதிரைகள், யானைகளின்
அணிவகுப்புகள், தீப்பந்த ஊர்வலங்கள்,
அட்டகாசமான விளம்பரப்பலகைகளுடன்,
திடீரென முளைத்திருந்த தின்பண்டக்கடைகள்,

என கண்களுக்கு விருந்தாகின காட்சிகள் பல.

குட்டி முயலாய் எட்டி எட்டி வீதியில்
வந்த சந்தனக்கூடைப் பார்த்தோம்.
கூட்டத்தில் நான் தொலைந்து விடாமலும்,
கூட்டம் என்னை இடித்து விடாமலும் இருக்க,
அவசர ஏணியானது தந்தையின் தோள்ப்பட்டை,
ஒய்யாரமாய் அமர்ந்து காட்சிகளைக் கண்களில் விரித்தேன்.

வண்ண விளக்குகளாலும், பூக்களாலும் அலங்கரிக்கப்பட்ட
சந்தனக்கூடு மக்கள் படைச் சூழ வந்தது நகர்வலமாய்,
இனிப்புப் பண்டத்தை மொய்த்த ஈக்களாய்,
சந்தனக்கூடைச் சுற்றி மக்கள் கூட்டம்.
ஜாதி மதம் இனம் பாகுபாடின்றி,
சகோதரத்துவதின் அடையாளமாய்.

இளவல்கள் முதல் கிழவர், கிழவிகள் வரை
நேரம் காலம் பாராமல் வீதியைச் சுற்றிச் சுற்றி வந்தனர்.
வாங்க வந்தக் கூட்டம்,
வேடிக்கைப் பார்க்க வந்த ஒரு கூட்டம்
பக்திக்காகச் சில பேர்,
சுத்திப்பார்க்க பல பேர்
காவல் காக்க ஒரு கூட்டம்,
களவு செய்ய ஒரு கூட்டம்
குழந்தைகள், நகைகள் ஜாக்கிரதை
என எச்சரிக்கைச் செய்யும் கூட்டம்.

நோய்த்தொற்றுத் தடுக்க மருத்துவர் குழு ஒரு புறம்
இலவச குடிநீர், உணவு விநியோகம் செய்யும் ஒரு கூட்டம்

கேளிக்கைக்காகச் சிலப் பேர்,
கேலிச் செய்யச் சிலப் பேர்
இளசுகளைப் பாதுகாக்க ஒரு கூட்டம்.

கை நீட்டிக் காட்டி வாங்கிக் கேட்டதையெல்லாம்
வாங்கித் தர முடியாத வருத்தத்துடன் ஒரு கூட்டம்,
கிடைத்தப் பொருளை இருக்கப் பற்றிக்கொண்டுச் சிலப் பேர்
காணாத உறவைத் திடிரெனக் கண்டதும்
அங்கலாய்க்கும் சிலப் பேர்.
இன்றேக் கடைசிக் காட்சி என்று கல்லாக் கட்டும்
கேளிக்கை நிகழ்ச்சிக்கூடங்கள்,
என காட்சிகள் பல கண்களுக்கு விருந்தாக.

இரவு மயக்கத்துடன் உறக்கம் கொள்ள,
பகல் விழிக்கத் தொடங்க,
சொந்தக் கூட்டை நோக்கிச் சிட்டாய்ப் பறந்தக்
மக்கள் கூட்டங்களும், கேளிக்கை காட்சி கூடங்களும்,
வீதிகளோ தடை உத்தரவு பிறப்பிக்கப்பட்டப் பகுதியாக வெறுமையாய்,
அன்று என் கண்களால் படம் பிடித்தக்
காட்சிகள் யாவும் பசுமையாய் நினைவில் நின்றவைகள்.

62. எங்க வீட்டு வேப்ப மரம்

எங்க வீட்டு வேப்ப மரம்,
வேணலைப் போக்கும் மரம்.
எனக்குத் தொட்டில் கட்டியதும் உன் கிளையில்,
வளர்ந்தப் பின் கட்டில் செய்ததும் உன் கிளையில்,
என்னுடன் சேர்ந்து நீ கேட்டக் கதை நூறு,
அது என்னவென்று மீண்டும் எனக்குக் கூறு.

எத்தனையோ முக்கிய நிகழ்வுகளுக்கு அத்தாட்சியாய் நீ!
காலை முதல் இரவு வரை காவலாளியாய் நீ!
இன்பத்தில் சேர்த்திருந்தாய்,
துன்பத்தில் சோர்ந்திருந்தாய்.

வெற்றிக் களிப்பில் கட்டியும் பிடித்திருக்கிறேன்
வேண்டா வெறுப்பாய்,
நினை எட்டியும் உதைத்திருக்கிறேன்.
நின்வேர்கள் தொடர்ந்து கொண்டிருக்கின்றன,
அதை இறுக்கப் பற்றிப் பிடித்துக் கொண்டிருக்கிறேன்,
தொடரும் நம் பந்தம்
தலைமுறைத் தலைமுறையாக..,

VI. ஞாபகத் துளிகள்

நினைவுகளின் ஓசைகள்,
நிறைவேறாத ஆசைகள்
நினைவுகளின் தேடலைத் தேடி
தொடரும் நினைவுகளின்
எண்ண ஓட்டங்கள்
தேடித் தொலைந்த மனத்தின்
நினைவுகளின் தொகுப்பைத்
வழி நெடுகிலும் சுமந்து வலிகளை
சுமை தாங்கிக் கல்லாய் தாங்கி
ஞாபகப் பெட்டகத்தில் வைத்து
பாதுகாத்த ஞாபகத் துளிகள்

63. உருகும் இதயம்

பாசத்துக்கும் நேசத்துக்கும் இடையில்
சிதறிச் சின்னாப் பின்னமான
சிறு இதயம்
எங்கோ ஓர் மூலையில்
கவலைகளைச் சுமந்துகொண்டு
நீயும்
கனவுகளைச் சுமந்துகொண்டு
நானும்
உன்னுள் நானும்
என்னுள் நீயும்
மெழுகாய்
உருகிக்கொண்டிருக்கிறோம்
நினைவின் வழியாக

64. தேடித் தொலைந்த மனம்

என் தேடலில் நீயும் இல்லை,
உன் தேடலில் நானும் இல்லை,
பின் நம்மைத் தேடி,
நாம் ஏன் தொலைகின்றோம்,
நமக்குள்ளே!

65. உறுத்தாத தூசியாய்..,

சின்னச் சின்ன நியாபகங்கள்
நெஞ்சின் உள்ளே,
பயாஸ்கோப் படமாட்டாம்.
ஓராயிரம் எண்ணப்புள்ளிகளில் இருந்து
சிதறிய சிறு துளிகள்
கருப்பு, வெள்ளை புள்ளிகளாய்,
அங்கொன்றும், இங்கொன்றுமாக
அடிக்கடி மூளைக்குள்ளே
வண்டின் ரீங்காரமாய் ஒலித்தவண்ணம்.

ஆற்றங்கரையோரம் ஆடிய கட்டாங்கல்,
சேத்துல விழுந்து புரண்டு
பிடித்த கெழுத்தி மீனும்,
மீன் மீசை முள் குத்திய வலிகளும்,
ஆற்று சுழியில் மாட்டிக் கொண்ட தந்தையை
கரையிலிருந்து காப்பாத்த முடியாமல்
கண்ணீர் கரை புரண்டோட
கதறிக், கதறி அழுத அழுகையும்.

முந்திரி தோப்போறம்
விளையாடிய நொண்டியும்,
பள்ளிக்குடம் போகும் வழியில்
ஒளிஞ்சு பிடிச்சு விளையாண்டதும்,
ஆசிரியரின் வருகை தாமதமாகும் பொழுதுகளில்

விளையாடிய சாபூத்ரியும்.

மதிய சாப்பாட்டு இடைவெளியில் பிடித்த
யானைதட்டான், ராணிதட்டான்,
மிளகாய் தட்டான், ஊசித் தட்டான்களும்.
பிஞ்சுக் கைவிரல்களின், முரட்டுப் பிடிபட்டு
இறந்து போன தட்டான்களுக்கு
இறுதி அஞ்சலி செலுத்தியதும்.

விடுமுறை நாட்களில்
கூட்டான் சோறு ஆக்கியதும்,
பங்கு போட்டு உண்ட கையோடு
புளியங்கா பறிக்கப் போனதும்,
பம்பரம் விளையாடி
மண்டை உடைபட்டு போனதும்.

பையன்மார்களுடன் பளிங்கி விளையாண்டு
பளீர்! அரை வாங்கியதும்,
கார்ட்ஸ் விளையாட
சிகரெட் அட்டையைத் தேடி
தெருத் தெருவாய்த் திரிந்ததும்,
கடலைக்கா பறித்துத் தின்றுவிட்டு
மீண்டும் செடியை நட்டு வைத்ததும்,
தோட்டக்காரனிடம் வசமாய் மாட்டிக்கொண்டதும்.

பள்ளி விட்டு வரும் வழியில் சரக்கு ரயிலில் ஏறி
தோழனின் சட்டையைக் கழற்றி
சிகப்பு கொடி காட்டி மகிழ்ந்ததும்
ரயில் நிலையங்களில் ஆயுத பூஜை

அன்று தரும் அவல், பொரி கடலையை
குட்டைப் பாவாடையில் மூட்டை கட்டி வந்து
முட்டியில் அடி வாங்கியதும்.

குடியரசு தினத்தன்று அக்காவுடன் பள்ளி சென்று
மிட்டாய் வாங்கித் தின்றதும்,
கண்ணில் பூ விழுந்த தோழியை, அக்கா அறிமுகப்படுத்த
கண்ணை பார்த்து பயந்து அங்கேயே மயங்கி விழுந்ததும்,
அன்றிலிருந்து பூ பறிக்க செல்லும் போதெல்லாம்
கண்களை மூடிக்கொண்டதும்.

அண்ணன்மார்களின் சமையலை
விமர்சனம் செய்து அடி வாங்கியதும்,
அண்ணன்கள் சின்னதாய்க் கிள்ளி வைக்க
கல்லடிப்பட்டது போல் கலங்கி,
தந்தை வரும் வரை வாயில் பார்த்து காத்திருந்து
குரல் வந்த திசையை நோக்கி ஓடி,
விசும்பிக்கொண்டே வரதா கண்ணீரை வரவழைத்து,
அண்ணன்களுக்கு பிரம்பு அடி,
வாங்கிக் கொடுத்து மகிழ்ந்ததும்,
அப்பா வெளியில் செல்லும் பொழுதுகளில் எல்லாம்
கட்டி வைத்து வாங்கிய கொட்டுக்களும், திட்டுகளும்.

ஆபத்து அறியாமல்
சோடா பாட்டில் மூடி எடுத்து
தண்டவாளத்தில் வைத்து பட்டைத் தீட்டி ரசித்ததும்,
சரக்கு வண்டியில் ஒழுகும் கோதுமையை
புத்தகப் பையில் பிடித்து தின்றதும்.

நாராயணன் அண்ணன் கடையில்
கடன் வைத்து தேன்மிட்டாய், ஐவ்வுமிட்டாய்
வாங்கி தின்றதும்,
ஐம்பது பைசா கடனுக்காக
சில்லி மூக்கை உடைத்துக்கொண்டதும்,
சமரசம் பேச வந்த அண்ணன்மார்களுக்கிடையே
வந்த சண்டைகளும், சமாதானங்களும்.

வீர விளையாட்டில் விரலில் அடிபட
செங்கல் பொடி போட்டு மறைத்ததும்,
மருத்துவர் தன் கருவியால்
என் விரலை பதம் பார்க்க,
என் இன்னொரு கால்களோ
அவரின் முகத்தை பதம் பார்த்ததும்.

அம்மா ஊருலிருந்து கொண்டு வந்த
திண்பண்டங்கள் தீரும் வரை,
அடைக்கோழியாய் வீட்டையே
சுற்றிச் சுற்றி வந்ததும்.

வீட்டு வேலை பார்த்துவிட்டு
படிக்க வந்த தோழனுக்கு,
வீட்டுப்பாடம் எழுதிக் கொடுத்து
வாங்கிய பூசைகளும்,
வாத்தியார் பொண்ணுன்னு
பெருமை பீற்றிக்கொண்டதும்,
வீட்டுப்பாடம் எழுதாத மாணவர்களை
அடிக்காமல் என்னை பிரம்பால்
அடித்து வெளுத்து வாங்கியதும்,

ஆசிரிய தந்தையிடம் அடி வாங்க முடியாமல்
சுயமாய் வகுப்பு மாற்றம் செய்து கொண்டதும்.

பள்ளியில் புகைப்படம் எடுக்கும்போது
தென்னை ஓலையில் கடிகாரம் செய்து
அதை கையில் கட்டி
போஸ் கொடுத்ததும்,
கல்யாண வீட்டில் கம்பத்தில் ஒட்டியிருந்த
சிவப்புதாள் எடுத்து,
உதட்டில் எச்சில் படுத்தி,
சாயம் போட்டு கொண்டதும்,
சாயம் அழியாமல் இருக்க,
உண்ணாமல் கொள்ளாமல்
வாயைக் குவித்து வைத்துக்கொண்டு இருந்ததும்.

ஒருவர் மட்டுமே கடக்க முடியும்
மட்டைப்பாலத்தில் ஆற்றை கடக்கும் பொழுது,
எதிரே யாரும் வந்தால்
உயிரே போனது போல உறைந்து நின்றதும்.

இரவுநேரம் மின்மினிபூச்சி பார்த்து
கண்சிமிட்டி சிரித்ததது,
நதியின் கரையோரம்
படர்ந்திருந்த நாணல் கொண்டு
சாமரம் வீசி ரசித்ததும்.

தமிழய்யா வீட்டு மீன் குழம்பை
கொண்டு வரும் வழியிலே,
திருட்டுப் பூனையாய் ருசித்துப் பார்த்ததும்,

அடி பம்பில் அடித்து
கரும்புச்சாறு குடித்ததும்.

கரகாட்ட ஊர்வலத்துடன்
காணாமல் போனதும்,
நாகூர் ஹனிபா கச்சேரியை
முண்டியடித்துக்கொண்டு
முதல் வரிசையில் அமர்ந்து பார்த்ததும்.

இரவின் மடியில் இசை நிகழ்ச்சியை
கேட்டுக்கொண்டே
அம்மாவின் மடியிலே உறங்கிப் போனதும்,
ஊருக்கு வரும் பொழுதுகளிலெல்லாம்
அம்மாவின் வயிற்றை தலையணை ஆக்கியதும்,
அலுக்காத அம்மாவோ
சந்தோசமாய் என்னை தாங்கியதும்
அம்மா உடுத்தி போட்ட சேலையின் வாசனையை
நுகர்ந்த வண்ணம் உறங்கியதும்.

அம்மா இறந்த சேதி கொண்டு வந்த
அண்ணனை கட்டிக்கொண்டு அழுது புரண்டதும்
அன்னை மனம் கொண்ட ஆசிரியைகள்
ஆராத்தழுவி ஆறுதல் சொன்னதும்,
சொந்தங்கள் பாதியிலேயே விட்டுச் சென்றதும்
அண்ணனின் நட்புகள், நிரந்தர உறவுகள் ஆனதும்.

எப்போதாவது கிடைக்கும் அம்மாவின் அருகாமை
ஒரே அடியாய் இல்லாமல் போன போது
அது கனவாய் இருக்கக்கூடாதா?

என்று பரிதவித்து உருண்டு புரண்டு அழுததும்,
விட்டுச் சென்ற அம்மாவை
நினைத்து, நினைத்து அழுது
தலையணையை நனைத்ததும்,
பொல்லா உலகத்தில் தன்னந்தனியே
தவிக்கவிட்டு விட்டுச் சென்றாயே
என்று கூப்பாடு போட்டு கரைந்ததும்,
சில பல சமயங்களில
இறைவனைத் திட்டித் தீர்த்ததும்.

அநாதை ஹாஸ்டலில் வார்டன் படுத்திய பாடுகளும்,
அதையும் தாண்டி ஒரு புது வழி கிடைத்ததும்,
வழிகள் காட்டியவர்களே, வலிகள் ஆனதும்,
வசந்தம் வந்ததும், என்னை விட்டுச் சென்றதும்,
இப்படி எத்தனையோ நினைவுகளைத் தாண்டி,
பசுமரத்தானியாய் தொடர்ந்த என் பயணங்கள்,
உறுத்தாத தூசியாய் கண்ணில்..,

66. புதியப்பயணம்

உலகப் பைத்தியங்களின்
ஒட்டு மொத்த உருவமாய்,
அவளுக்கென தனி உலகம் அமைத்து,
அவ்வுலகத்தின் முடிசூடா ராணியாக,
உலகத்தில் உள்ள எல்லா ஜீவராசிகளின்
மொத்த அன்பையும் சமர்ப்பித்தாள்
அவன் காலடியில்.

அவனை நினைப்பதைத் தவிர,
வேறெதுவும் நினைத்திருக்கவில்லை.
அவனை மறப்பதைத் தவிர
அகிலத்தையே மறந்திருந்தாள்
எது கனவு? எது நினைவென்றில்லாமல்
முப்பொழுதும் அவனது
கற்பனை நினைவுகளுடன்
கனவிலே வாழ்ந்தாள்.

காதலை வளர்த்தாள், அதை நினைத்து
நினைத்தே மடிந்தாள்.
கற்பனைக்கும், நிஜத்திற்குமான
வித்தியாசம் உணர்ந்திலாள்.

அவனுடன் மனதிற்குள்
பேசிக்கொண்டே வாழ்ந்தாள்.

நிழலின் சுகம் அவளுக்கு ஆறுதலைத் தந்தது,
நிழலைப் பற்றிக்கொண்டே
நடந்து கொண்டிருந்தாள்.

நாட்கள் நீண்டுகொண்டேப் போனது
தொடர்வண்டிப் பயணமாய்,
அவள் அவளுக்குள்
அவனுடன் சண்டையிட்டுக் கொண்டாள்,
அவ்வப்பொழுது அவனிடம்
மண்டியிட்டும் நின்றாள்.

கருவாய் ஆரம்பித்த அவன் நினைவு
மெல்ல மெல்ல தவழ்ந்து,
நடந்து, ஓடி, உருவாய் மாறி
இன்று அவளை விட்டே
ஓடிச் செல்ல முயல்கிறது.

முயற்சித்தும் பலனில்லை
முடிவில் ஒரு வழிப் பயணத்தின்
பாதை முடிவுற்ற நிலையில்
நிஜத்தைத் தேடி ஒரு புதியப் பயணம்.

67. ஏக்கப்பெருமூச்சுகள்

தூக்கமில்லா இரவுகள்,
என்னைத் துயரப்படவைக்கின்றன.

துள்ளி விளையாடிய நாட்களெல்லாம்,
எள்ளி நகையாடுகின்றன.

சென்று வந்த இடங்களும்,
கண்டு வந்தக் காட்சிகளும்,
என்னைப் பலவீனமாக்குகின்றன.

பேசிப்போன வார்த்தைகள்,
என்னைப் பரிதவிக்கவைக்கின்றன.

ஏக்கமானப் பொழுதுகளெல்லாம்,
ஏளனம் செய்கின்றன.

உன் வரவு வேண்டி,
நெஞ்சம் அலைகின்றன.

உன் விஷமக் குறும்புகள் அவ்வப்போது,
என்னைச் சீண்டிபார்க்கின்றன.

செல்லரித்துப் போனச் சல்லடையாய்,
ஆனதய்யா எம்மனசு.

மண்ணரித்துப் போவதற்குள்,
வந்துவிடு மன்னவனே!

68. மறதிக்கு வந்த மறதி

முதுமையின் முதல் படியாய் மறதி,

கையில் வைத்துக்கொண்டே மணிக்கணக்காய்

தேடிய விடயங்கள் தான் எத்தனை! எத்தனை!

தலையில் வைத்துக்கொண்டே தேடிய சீப்பு,

இடுப்பில் சொருகிக்கொண்டு தேடிய சாவிக்கொத்து,

கையில் மாட்டிக்கொண்டே தேடிய கைக்கடிகாரம்,

காதில் சொருகிக்கொண்டே தேடிய ஏர்போன்,

காலில் போட்டு கொண்டு தேடிய செருப்பு,

உனக்காக கவிதை வடிக்க தேடிய வார்த்தைகள்,

எண்ணிலடங்கா மறதியினூடே,

தன்னிலை மறந்து தவிக்கிறது மனசு

வற்றாத நைல் நதியாய் பெருக்கெடுத்து ஓடும்

உன் ஞாபகங்கள் துடுப்பில்லா ஓடமாய்

கரைசேர வழியில்லாமல் தத்தளிக்கின்றது

மறதிக்கும் மறதியோ உன் நினைவை அழிக்க!

69. மறு பிரவேசம்

நீல வானத்தால் புசிக்கப்பட்ட
காரிருள் மேகத்தைப் போல,
அடுக்கு மணல் திட்டுகளுக்கிடையில்
புதைக்கப்பட்ட குப்பையாய்,
எலும்பு கூடுகளைத் தவிர
வேறு நாதியின்றி.

வாழ்வின் ஆசைகளெல்லாம்
நீர்த்துப் போன நிலையில்,
துர்நாற்றம் வீசும்
மாமிச கழிவின் நாற்றம் தாளாது,
முண்டியடித்துக்கொண்டு
வெளியேறத் துடிக்கும்
உடைந்துப் போன இதயம்,
காற்றைக் கிழித்துக்கொண்டு பொழியும்
மழை துளியின் நம்பிக்கையுடன்.

கொம்பு தேனுக்கு ஆசைப்பட்ட முடவனாய்,
மக்கிய விதையின் விருட்சம் நோக்கி,
பனிக்கடலில் நீந்தி, துயரம் கடந்து
நொறுங்கிப் போன இதயத்தின்,
மறு பிரவேசம் வேண்டிய பயணம்,
ஒரு தொடர் கதையாக தொடர்கிறது.

70. பார்வைகளின் சங்கமம்

அடர்ந்த மலைக்கிராமத்தின் உச்சியிலே,
இருள் படர்ந்தச் சூழலிலே,
பௌர்ணமித் திருவிழா வீதியிலே,
சுற்றும் முற்றும் இருள் சூழ,
நண்பனைத் தேடி அவனும்,
தோழியைத் தேடி அவளுமாய்,

காரிருளைக் கிழித்து,
வந்த நிலாக்கீற்றில்
நிழலாய்ப் பார்த்தப் பிம்பம்,
நிஜமாய் அவளருகில்.
இதயம் உறைந்த நிலையில்
பீதியின் உச்சத்திலே அவளும்,
வீதியின் வழியைத் தேடி அவனுமாய்,
இதயத் துடிப்பைத் தவிர
வேறெதுவும் ஓசையில்லை.
மௌனத்தைத் தவிர
வேறெதுவும் பாஷையில்லை.

நூறாண்டுகள் பழகிப்
பரிச்சியமானவர்களைப் போல,
இரு ஜோடிக்கண்கள்
சங்கமித்தன பார்வையால்!

VII. பள்ளிக், கல்லூரி அனுபவங்கள்

தோழமைகளின் அன்புத் தொல்லைகள்,

செல்லமாய் வாங்கிக் கொண்ட அடிகள்,

அன்பாய் பரிமாறிய உணவுகள்,

தன் உணவை அடுத்தவர்களுக்கு ஊட்டி ஊட்டியே

ஒல்லியாய் போன அன்புத் தோழி,

தின்பண்டக் காசையும், சேமிப்புக்கு காசையும்

ஏழைத் தோழிக்குக் கட்டி வள்ளல் ஆகிப்போனத் தோழி,

சொல்லாமல் விட்டுப் போனத் தோழிகள்,

பள்ளிகள் மற்றும் கல்லூரிகள்

சிலரின் வாழ்க்கையைத் தலை கீழாக

மாற்றிப்போட்ட சம்பவங்கள்,

தண்ணீர் கடன் கொடுக்காத கஞ்சூஸ் தோழி,

கரும்பலகைகளில் பேசியவர் பெயர் எழுதி

ஓவியமாக்கும் கண்டிப்புத் தோழி,

குற்றவாளியாகவே பார்க்கப்படும்

கடைசி வரிசைத் தோழி,

படிப்ஸ் முத்திரைக் குத்தப்பட்ட

முதல் வரிசைத் தோழி,

அடுத்தவர் பெயர் கூட தெரியாமல்

இருந்து விட்டுச் செல்லும்

ஏனோ தானோ பேர் வழித் தோழி,

இரக்கத்தை ஒட்டு மொத்தக்

குத்தகைக்கு எடுத்திருக்கும் தோழி,

அடுத்தவர் புத்தகத்தை ஓசி வாங்கியேப்

படித்து வெற்றிப் பெற்றத் தோழி,

அழகான ஆசியர்களுக்குக் குறி வைத்து

வணக்கம் போடும் தோழி,

அழகை ஆதரிக்கும் தோழி,

ரகசியக் குறியீடுகள் பயன்படுத்தி

கதைக்கும் தோழிகள்

என்று இன்னும் பல விசித்திரமான

குணங்களில் என் தோழிகள்.

நிறையக் குணங்களுடன்,

பல நிறங்களில் என் தோழிகள் இருந்தாலும்

ஏனோ அந்த நாட்களில் முதுகில்

குத்தியத் தோழிகள் பட்டியலில்

எவரும் இல்லை என்பதே

மனதுக்கு ஆறுதலாக இருந்தது.

கதைகளாய் மாறிப் போனக்

கருப்பு, வண்ண நிழற்படங்கள்,

வண்ண, வண்ணக் கனவுகளையும்,

பசுமையான நினைவுகளையும்

தந்தச் செல்ல ராட்சசிகளை என்றும் மறவேன்.

தோழமைக்குத் தோற்கொடுப்போம்.

71. என் தோழி

என் வார்த்தையின் வலியை உணர்பவளாய்,
துன்பத்தில் தோள் கொடுப்பவளாய்,
வேதனை குரலுக்கு செவி சாய்ப்பவளாய்,
எனக்காக பிறரிடம் வாதாடுபவளாய்,
என்னை ஆதரிப்பவளாய்,
என் மேல் முழு அக்கறை கொண்டவளாய்,
என் உணர்வுக்கு மதிப்பு கொடுப்பவளாய்,
என் வளர்ச்சியில் மகிழ்ச்சி கொள்பவளாய்,
வீழ்ந்துவிட்டாலும்,
வாரி அணைப்பவளாய்,
என் ஆதி அந்தம் அறிந்தவளாய்,
மொத்தத்தில் என் பாதியாய்,
என் நினைவுப் பயணத்தில்
வாழ்நாள் முழுவதும் தொடர்ந்து
என்னுடன் பயணப்படுகிறாள்,
இதய சிம்மாசனத்தில் அமர்ந்துகொண்டு.

72. கலைந்து போகாத கல்லூரி நினைவுகள்

முதலாம் ஆண்டில்
முன்னுரை அறியாது,
இரண்டாம் ஆண்டில்
இருக்கைகள் இடமாறினோம்.

மூன்றாம் ஆண்டில்
பின்னியப் பிணைப்பாய்,
முகவரிகள் பரிமாறிக்கொண்டோம்.

அன்று கல்லூரிக் காலங்களில்
இருக்கைகள் வேறாய், இதயங்கள் ஒன்றாய்.
இன்று இருப்பிடங்கள் வேறாய்,
இதயங்கள் ஒன்றாய்,
"இணையத்தில் இணைந்திருக்கிறோம்".

கல்லூரி காலங்கள் கலைந்து போகா
கனவுகள் நிறைந்தது.
சேட்டைகளின் கூடாரமாய்,
குட்டி குரங்குகளாய் வலம் வந்தோம்.

திருஷ்டிப் பூசணிக்காயாய்,
எத்தனை முறை போட்டு உடைத்தாலும்

மீண்டும் புன்னகையுடன் புதிதாய்,
மலர்ந்த பூவாய் மகிழ்ச்சியாய்,

சாஸ்திரங்கள், சம்ப்ரதாயங்கள்,
ஜாதிகள் மதங்கள் கடந்து,
தேசங்கள், கண்டங்கள்,
எல்லைகள் தாண்டி,
தொடர்கிறது எங்கள் நட்பு.

ரகசியங்களின் காவலனாய்,
என்றென்றும் துணை நிற்கும் எங்கள் உறவு.
உதடு கூசாமல் உரிமையுடன்,
உதவி கேட்கும் உறவென்றால்
அது நண்பர்கள் தான்.

"உயிரோடு இருக்கியான்னு"
கடுப்பு கலந்த அன்பா கேட்க
நட்பால் மட்டுமே முடியும்.
பொய் சொல்லி தப்பிக்க முடியாது.

பஞ்சமில்லா கேலிக்கும்
கிண்டலுக்கும் சொந்தக்காரிகள்.
துன்பத்திலும், இன்பத்திலும்
கைகளை இறுக்கப் பிடித்தவண்ணம்.

வெறும் உதட்டோடு அல்லாது
உள்ளத்தோடு உறவாடும் உன்னத உறவு.
என்றென்றும் நட்புக்காக,
நட்பின் நினைவுகளுடன்.

73. விடுதியின் எழுதப்படாத இலக்கணம்

விடுதியின் எழுதப்படாத இலக்கணமோ
இவையெல்லாம்
எத்தனை காலம் கடந்தாலும்
தன்னிலை மாறாது அப்படியே.

குளியறையில் தண்ணீர் பஞ்சம்,
வரிசையாய் அடுக்கப்பட்ட வாளிகள்
அதற்கு சாட்சியாய்.

வெளிச்சமில்லா விளக்கொளிகள்,
ரகசியங்களின் எதிரொளிப்பாய்.

மயான அமைதியை கிழிக்கும்
சத்தமில்லா சந்தோசங்கள்.

அசைவமான, சைவ சாப்பாடு
புழுக்களின் விஜயத்தால்.

ஆட்டோகிராப் போட்டதோடு
தொடர்பில் இல்லா தோழிகள்.

மின் விசிறியில் தூக்குப்போட்டு தற்கொலை

போன்று நடுங்க வைக்கும் புரளிகள்.

தோழிகள் எவ்வளவு கேவலமாக திட்டினாலும்
கோபமே படாமல் சிரித்து வைப்பது.

பார்வையாளர்கள் தினத்தை
எதிர்பார்த்து காத்திருக்கும் தோழிகள்>

ஒருநாள் அம்மா, அப்பா ஆகும்.
நண்பர்களின் அம்மா, அப்பா.

கடிதம் படித்து விட்டு அழுது
தூங்கிய கணங்கள்.

தொலைபேசிக்காக
காத்திருக்கும் நிமிடங்கள்.

கடுகடுப்பு காப்பாளர்கள்
காப்பாளருக்கு ஜால்ரா தட்டும்
ஒரு கூட்டம்.

அதை எப்பவும் வன்மையாக
கண்டிக்கும் ஒரு கூட்டம்.

இதை எதையுமே கண்டுகொள்ளாத
இன்னொரு கூட்டம்.

பிரிவுகளுக்கிடையே ஏற்படும் மோதல்களும்,

இறுதியாண்டில் வரும் புரிதல்களும்.
புரிதலின் பின்னே ஏற்படும் பிரிதல்களும்.

ஜூனியர், சீனியர் கேளிக்கைகள்
உடைகளை மாற்றிப் போட்டுக்கொண்டு செய்யும்
அட்டகாசங்களும்.

நோய் வாய்ப்படும் பொழுதுகளில்
திடீரென்டு அன்னையாய் அவதரிக்கும்
சீனியர் அக்காக்களும்.
செவிலியர்களாகும் தங்கைகளும்.

ஞாயிறு என்றாலே பிள்ளைகளுக்கு குதூகலம்,
காப்பாளருக்கு கடுகடுப்பு.
பிறந்தநாள் கொண்டாட்டங்களில்
வாங்கிக் கட்டிக் கொள்ளும் வசவுகள்.

அதை செய்யாதே, இதை செய்யாதே என்று
ஒத்திகை மாமியாராகும் காப்பாளர்.

இவ்வாறு நீண்டு கொண்டே செல்லும்
விடுதியின் இலக்கணபட்டியல்.

74. ஒரு காம்ராட் போல

கூப்பிட்டத் குரலுக்கு ஓடி வருபவளாக,
துயரத்தில் தோள்கொடுப்பவளாக,
எல்லையில்லா அன்பைத் தவிர
ஒருவருக்கொருவர்
எதையும் எதிர்பார்த்திராது,
தொல்லை பல
கொடுத்தாலும்,
இன்முகத்துடன் அணுகுபவளாக.

அவளின் வளர்ச்சியில்
மலர்ச்சியடைந்தவளாகவும்,
அவள் மலர்ச்சியில்
இவள் மகிழ்ச்சி அடைபவளாகவும்,
ஊர், உறவைப் பற்றி கவலைப்பட்டிராது
நெருக்கமான புரிதலுடன்.

அவள் மணிக்கணக்கில் கதைக்கும்
கதைகளை காது கொடுத்து
சலிப்பில்லாமல் கேட்பவளாக
அவள் தவறுகளை மனம் நோகாமல்
சுட்டி காட்டுபவளாக
சிறுபிள்ளைத்தனமாய் அழுத நாட்களில்
அன்பால் அமைதிப்படுத்துபவளாக,

எதையும் மறைக்கதவளாக,
எதற்கும் நடிக்காதவளாக,
அவள் அவளாகவே,
ராட்சசியாக,
குட்டிபிசாசாக ,
திமிர் பிடித்தவளாக,
செல்லம் கொஞ்சுபவளாக, கெஞ்சுபவளாக
ரகசியம் அற்றவளாக,

தன்னைப்பற்றி சுயநலமாய்
சிந்திக்கத் தெரியாதவளாக,
அவளுக்காக எதையும் செய்பவளாக,
எதையும் தாங்குபவளாக,
நம்பிக்கை அட்சாணியாக
அவளின் மறு உருவமாக,

ஒருமித்த கருத்து கொண்டவளாக,
காரணம் சொல்லாதவளாக,
எல்லாவற்றையும் சரி செய்பவளாக,
தன்னுடைய மொத்த பரிணாமமும்
அறிந்தவளாக,
மொத்தத்தில் தன்னை
பாதுகாக்கும் ஒரு காம்ராட்போல,
என்றென்றும் அவளுக்கு
நன்றிக் கடன்பட்டவளாக,
தலைமுறை தாண்டி தொடர வேண்டுகிறேன்.

VIII. விடியலை நோக்கி

மூடப்பட்ட கதவுகள் திறக்கப்படுமா?
மறுக்கப்பட்ட நீதி கிடைக்கப்படுமா?
வெறுக்கப்பட்டவை விரும்பப்படுமா?
இழந்தவைகள் பெறப்படுமா?
நினைத்தவைகள் நடக்கக்கூடுமா?
கடந்தவைகள் கடக்கக்கூடுமா?
விடை தெரியாத வினாக்களுடன்
விடியலைத் தேடி?

75. தேவைக்காக..,

விழுந்த போதெல்லாம் எழுந்தேன்.
எழுந்த போதெல்லாம் அடி,
விழுந்துகொண்டே இருந்தது.
வழி தேடி, வலி தாளாது ஓடினேன்.
பாதையில்லா பயணத்தால்
பரிதவித்துப் போனேன்.
விழிநீர் ஆறாய் பெருக்கெடுக்க
துடைத்து விட்டுத் தொடர்ந்தேன்
என் தேடல் பயணத்தை..,

அது ஏனோ அத்தனை எளிதாக இல்லை
துயரம் தொண்டையை அடைத்தாலும்
கண்ணீரின் உப்புச்சுவை,
நாவில் உணர்ந்தாலும்
பயணத்தை நிறுத்தும்
எண்ணம் மட்டும் துளியுமில்லை.
ஓட்டத்தை தொடர்ந்தேன்,
அவ்வப்பொழுது களைப்புற்றாலும்
இளைப்பாற மனமில்லாது,
தொடர்ந்து நடந்தேன்.

மனதின் இறுக்கம் மலைக்கச் செய்தாலும்
உடம்பின் வலி உளைச்சல் கொடுத்தாலும்
நிகழ்காலத்திலே நிழல் கிடைக்காவிட்டாலும்
எதிர்காலம் பற்றி அச்சம் கொண்டாலும்
பயணத்தை நிறுத்தவில்லை.

கரடுமுரடான பாதை காயப்படுத்தினாலும்
வழிப்போக்கிலே வலிகள் பல அடைந்தாலும்
நெஞ்சே பிளந்துவிடும் அளவு சோதனை வந்தாலும்
அதிரடி தாக்குதல்கள் அடிக்கடி நடந்தாலும்
பாதையை நோக்கிய பயணத்தில் மாற்றமில்லை.
முதுமையின் ஆரம்பப்படி
முடிக்கப்பட வேண்டிய கடமைகளை
அவ்வப்பொழுது நினைவூட்டிக்கொண்டேயிருந்தது.

ஓடு ஓடு என்று மனமும்,
ஓட முடியாமல் தவித்த உடலும்,
இவற்றை சட்டை செய்யாது
தொடர்ந்தது பயணம் தேவைக்காக.
ஓய்விற்கே ஓய்வு கொடுத்துவிட்டு
ஓடிக்கொண்டேயிருக்கிறேன்
ஓட்டம் ஓயும் காலம் நோக்கி...,

அடைக்கப்பட்ட கதவுகள் திறக்கப்படுமா?
என்ற விடை தெரியாத வினாக்களுடனான
தேடல் பயணம் தொடர்கிறது
தேவைக்காக..,

76. ஆசை

எட்டிப் பிடிக்கும் தூரத்தில் நீயிருந்தால்
நினை தொட்டுப் பார்த்திட ஆசை தான்
சுட்டெரிக்கும் நின் செங்கதிரும்
என் சுண்டு விரல் பட்டு சிணுங்கிவிடும்

77. வெற்றிடம்

வெற்றி பெறவும் இல்லை
தோல்வி அடையவும் இல்லை
இரண்டுக்கும் இடையே
வெற்றிடமாய் நான்..,

78. எழுந்து ஓடு

கால்பந்தாட்ட மைதானத்தில்
எட்டி உதைக்கப்பட்டப் பந்தாய் வாழ்க்கை
ஒவ்வொரு முறையும் வீசி எறிந்தத்,
திசையை நோக்கியேப் பயணப்படுகிறது.

உதைக்கும் போது திமிறி எழும் நீ,
வீழும் போது ஏனோ எழத் தாமதிக்கிறாய்.
தூக்கிவிடும் கரங்களுக்கு மனசு,
ஏங்குகிறதோ என்னவோ

இல்லை வலிகளுடன் உழல்வது,
பழக்கப்பட்டு விட்டதா
திசைத் தெரியாதக் குருட்டுத்தனமான

இருட்டு வாழ்க்கைத் தேவையா ?

எழுந்து ஓடு உதைபடு முன் அல்ல,
உடைந்து விடும் முன்.
வாழ்க்கை பிரகாசிக்கட்டும்
வசந்தம் வசப்படட்டும்.

விழுந்துப் புரண்டாவது எழுந்து ஓடு,
நெஞ்சுரத்தின் மீது, நேசம் கொண்டு
ஓடிக்கொண்டே இரு.
ஓய்ந்துவிட்டால் வீழ்ந்துவிடுவாய்
நீரேயாயினும், தேரேயாயினும்,
ஓடினால் தான் மதிப்பு.

வீர நடைப்போட்டு வெற்றிப் பயணத்தை,
இன்றேத் தொடங்கு
துவண்டது போதும், தூக்கிப் போடு
துயரமே உன்னை விட்டு ஓடிவிடும்.

79. வெறுமையை நோக்கி..,

வாழ்க்கையின் வலிகளை
எட்டி நெட்டித் தள்ள
விழையும் சாமான்யனாய்,
நெஞ்சாங்கூட்டில் ஓராயிரம்
ரணங்களைத் தாங்கிக்கொண்டு
உயரப் பறக்கத் துடிக்கும்
சிறகொடிந்தச் சிட்டுக் குருவியைப் போல,
பறக்கவும் மறுக்கவும் இயலாத விரக்தியில்
விருட்சத்தை விழுங்கி விடும்
நிலநடுக்கத்தைப் போல,
சொல்லிலடங்காச் சோகத்தை ஊட்டும்
சில பல குலை நடுங்கும் நிகழ்வுகள்,
வாழ்க்கையின் எதார்த்தைச்
சகித்துக்கொள்ளத் திராணியற்ற
வேடனின் அம்புப்பட்ட
பறவையின் முனங்கலுடன்,
அதிகாரமற்ற உணர்ச்சியை
மென்று விழுங்கிக்கொண்டு,
உருகும் பனியாய் ஒழுகும்
வேர்வைத் துளிகளோடு,
வெயிலில் நனைந்து கொண்டு
கரையேறத் துடிக்கும்
மீனவனின் தவிப்புடன்,
சூட்டு மணலில் வெற்று கால்களுடன் நடக்கும்

உதிரம் குன்றிய
முதியவரின் தடுமாற்றத்துடன்,
உணர்வுகளை மென்று விழுங்கியபடி,
உணர்ச்சியற்ற ஜடமாய்,
கடும் சுடும் பாறையில் சிதறி விழுந்த
சிறு துளி நீரைப்போல,
ஓட்டைப் பாத்திரத்தை
வெறுங்கையால் நிரப்பிக்கொண்டு
வெறுமையை நோக்கி,
வலியின் நெடியுடன்
வாழ்க்கையின் வழித்தேடி
நடைப் பிணமாய்
ஓர் நெடுந்தூரப் பயணம்.

80. வசந்தமே வா!

வந்தாய்,
வசந்தத்தைத் தந்தாய்,
என் மனதை ஒரு சேர வென்றாய்.
வார்த்தையால்
அவ்வப்பொழுது கொன்றாய்,
ஏனோ திடீரென
வந்த வழியே சென்றாய்.

வந்ததும் அறிந்திலேன்,
சென்றதும் அறிந்திலேன்,
வலி மட்டும் உணர்ந்தேனோ?
கனவா ? நினைவா ?
நித்திரை தொலைத்து,
நிம்மதி இழந்து,
உடைந்த உரியாய்,
பதறி விழித்த,
சிதறிக் கிடந்த,
சில மணித்துளி.

நன்றி

நல்ல நினைவுகளைத் தந்த நட்புகளுக்கும், உறவுகளுக்கும், சோர்ந்து போன வேளைகளிலே என்னை தேற்றிய என் உறவுகளுக்கும், இந்த பிறவியியைத் தந்து இந்த அற்புதமான உலகத்தை ரசிக்கவும் அதை ஆள வாய்ப்பு தந்த இறைவனுக்கும் என் சிரம் தாழ்ந்து பணிகின்-றேன். அவனே அற்புதமானவன், அகிலத்தைப் படைத்து விந்தைச் செய்யும் மாண்பானவனுக்கு நன்றிகள் பல. என் அன்னை, தந்-தைக்கும், எத்தனை துன்பம் வந்தாலும் தவிடு பொடியாக்கிவிடும், என் உடன் பிறந்த ரத்த உறவுகளுக்கும், என் மேல் அக்கறை கொள்ளும் மற்ற உறவுகளுக்கும் நன்றி.

நான் நானாக இருக்கும் சொர்க்க நிமிடங்களைத் தந்த என் பள்ளி மற்றும் கல்லூரி தோழிகளுக்கு மிக்க நன்றி. உங்களின் அன்பே இன்னும் என்னை வழி நடத்திச் செல்கிறது. எவ்வளவு கோபம் காட்டினாலும் பொறுப்படுத்தாது அன்பு செய்யும் தோழிகளுக்கும், சரியாய் வழி நடத்தும் உடன் பிறவா சகோதரிகளுக்கும், துயரத்தில் தோள் கொடுக்கும் சகோதரர்களுக்கும் நன்றி, விட்டுப் போன எந்த உறவாயினும் பாசம் காட்டியமைக்கு நன்றி.

என்னை தனது குழந்தையாய் பாவிக்கும் என் அன்பு கணவர் அவர்களின் அன்பைச் சொல்ல வார்த்தைகள் இல்லை. காதல் கணவர் அவர்களுக்கு நேசமிக்க நன்றி. எனக்கு அன்னையாகும் என் அன்பு குழந்தைகளுக்கும், அளவில்லா அன்பை வழங்கி அகி-லத்தை மறக்கச் செய்யும் என் வீட்டுச் சுட்டிக் குட்டிக் குழந்தைக-ளுக்கும், என் மேல் பாச மழை பொழியும் என் பாசமான அண்-ணன்மார்கள், மச்சிகள் மற்றும் முத்துச் செல்வமான மருமகப் பிள்-ளைகளுக்கும், என் வயிற்றில் பிறவா மாணிக்கங்களான என் அக்-

காப் பிள்ளைகளுக்கும், சோதனைகள் எத்தனை வந்தாலும் பேரப் பிள்ளைகளின் சிரிப்பில் கவலைகள் அனைத்தும் கன நொடியில் கரைந்துப் போகும். எத்தனையோ இழப்புகளைக் கண்டு உடைந்து கலங்கிய வேளைகளில் அதை ஈடு செய்யும் வல்லமை தந்த என் குடும்பத்திற்கு ஆண்டவன் அருள் வேண்டுகிறேன்.

என் மாணவ செல்வங்களின் எல்லையில்லா அன்பும் சொல்லி முடி-யாது. தோள் கொடுக்கும் தோழிகளுக்கும், அன்பால் வழி நடத்திச் செல்லும் உடன் பிறவா சகோதர சகோதரிகளுக்கும், சோதனைகளை தந்து என்னை வலிமை படுத்திய நண்பர்களுக்கும், சுயநலமில்லா-மால் உதவி செய்து என்னை ஊக்கப்படுத்தும் இன்ன பிற உறவுக-ளுக்கும், நட்புகளுக்கும் நெஞ்சார்ந்த நன்றிகள்.